உப்பேறிய மனிதர்கள்

அண்டோ கால்பட்

மகிழினி
பதிப்பகம்

உப்பேறிய மனிதர்கள்

சிறுகதைகள்

அண்டோ கால்பட் ©

முதல் பதிப்பு: **செப்டம்பர், 2022**

வெளியீடு:
மகிழினி பதிப்பகம்
1/218 கே.செட்டி அள்ளி கிராமம்
பாலக்கோடு வட்டம்,
தர்மபுரி மாவட்டம் - 636809
தொடர்புக்கு :+91 90951 67007

Upperiya Manitharkal
short stories
Anto Gaulbert ©
First Edition – September 2022

Pages: 144 Price : ₹ 150

ISBN: 978-81-957318-4-8

Published by
Magizhini Pathipagam,
1/218 K.Chetti halli Village & Post,
Palacode Tk,
Dharmapuri. - 636809
Contact :+91 90951 67007.
e-mail: magizhinipathipagam@gmail.com

Cover Designed by: Y Creations

உங்கள் மொபைல் போனிலிருந்து Gpay ஸ்கேன் மூலம் தொகையைச் செலுத்தி புத்தகம் பெறலாம்.

பதிப்புரை

கடற்கரையில் நடந்திருப்போம், நண்பர்களோடு விளையாடி மகிழ்ந்திருப்போம், சுண்டல் வாங்கிச் சுவைத்திருப்போம், கடற்கரையின் அழகை ரசித்திருப்போம் கவிதை கூட எழுதியிருப்போம் ஆனால் எழுத்தாளர் அண்டோ கால்பட் இவை அனைத்தையும் தாண்டி கடலோர சிறுகதைகளை எழுதியிருக்கிறார். இதில் தூத்துக்குடி உப்புக் காற்றோடு, மீனவர்களின் வாழ்வியல் வாசமும் கதையெங்கும் வீசிக்கிடக்கிறது.

கடலோர மக்களின் காதலை, அன்பை, பண்பை, உழைப்பை, கொண்டாட்டத்தை மட்டுமல்லாமல் "உப்புக்காற்றில் இரத்தவாடையின் கவிச்சி எங்கெங்கும் வீசிக் கிடந்தது மீன்களுடையது எது? மீனவர்களுடையது எது? என அறியாவண்ணம் அலைவாய்க்கரையெங்கும் பேதங்களற்று அது விரவிக் கிடந்தது..." போன்ற பதைபதைக்க வைக்கும் கோரப் பக்கங்களையும் பதிவு செய்திருக்கிறார் அண்டோ கால்பட். நேர்மையானவர்களுக்கு இழைக்கப்படும் அநீதிகள் ஒவ்வொன்றும் மீனின் முள்ளாய்க் குத்துகிறது.

மீனவர்களின் வாழ்வியல் பக்கங்களைத் தத்ரூபமாக விவரிக்கும் இச்சிறுகதைகள் ஒவ்வொன்றும் முத்துக்கள். அந்த வகையில் இத்தொகுப்பு வாசகர்களுக்கு வித்தியாசமான வாசிப்பு அனுபவத்தை ஏற்படுத்திக் கொடுக்கும், மீனவ மக்களின் அறியப்படாத பல பக்கங்களைப் புரட்டிப் பார்க்க உதவும் என்ற நம்பிக்கையோடு எழுத்தாளர் அண்டோ கால்பட் அவர்களின் "உப்பேறிய மனிதர்கள்" என்ற இச் சிறுகதைத் தொகுப்பை வெளியிடுவதில் பேரன்பு கொள்கிறது...

மகிழினி பதிப்பகம்.

உள்ளங்கை உப்பு நீர்

கடல் சார்ந்த மக்களின் வாழ்க்கையிலிருந்து தன் உள்ளங்கையால் அள்ளிய நீரை அதன் ஈரத்தோடும், உப்பின் கரிப்போடும் கதைகளாக்கித் தந்திருக்கிறார் அண்டோ கால்பட்.

தூத்துக்குடி பரதவ மக்களின் வாழ்க்கையை இந்தத் தொகுப்பில் உள்ள தனது கதைகளின் வழியே கொஞ்சம் எட்டிப்பார்க்க வைத்திருக்கிறார். அன்பையும், கோபத்தையும், கிண்டலையும் அப்படியே வெளிப்படுத்தும் மனிதர்களாய் கதை மாந்தர்கள் இருக்கின்றனர். உள்ளுக்குள் ஒன்றும் வெளியே வேறொன்றுமான மனிதர்கள் அவரது கதை வெளியில் தென்படவில்லை.

"பேரப்புள்ள... கடல கட்டுறதெல்லா பெருசு இல்ல... உங்க அம்மேக்காரி வாயக் கட்ட வழி தெரியாமல்ல திரியுறேன்" என்னும் 'கைத்தான் பப்பா'வின் வார்த்தைகளில் பொதிந்திருக்கிறது அம்மனிதர்களின் காலம்.

மெழுகுவர்த்தி, ஊதுபத்தி வாசனைகளில் நிறைந்த கல்லறைத் தோட்டத்தில் பறக்கும் வண்ணத்துப் பூச்சியே 'அல்பெர்ட்டா சிஸ்டர்'. இந்தத் தொகுப்பில் உள்ள சிறந்த கதைகளில் ஒன்று இது. உண்பது, ரசிப்பது என ஒவ்வொரு காரியத்தையும் நேசிக்கச் சொல்லும் அந்த உன்னதமான மனுஷி நமது நினைவுகளில் சஞ்சரிக்கிறார்.

'அதெல்லாம் ஒன்னுமில்ல.' என தன் காயங்களையும் வலிகளையும் மற்றவர்களுக்கு காட்டிக் கொள்ளாத 'கிறிஸ்டோபர் அண்ணன்'கள் எல்லோர் வாழ்விலும் எங்காவது இருக்கத்தான் செய்வார்கள். 'இனி சரிசெய்வதற்கு அவரது வாழ்வில் என்ன மிச்சமிருக்கிறது?' என்னும் எழுத்தாளனின் வார்த்தைகளில் மிச்சமாய் எவ்வளவோ இருக்கிறது. ஸ்டெல்லாவின் மரணத்தைச் சொல்லும் போஸ்டரிலிருந்து அந்தக் கதை மீண்டும் பிறக்கிறது.

'சைன்-ஆப்' கிடைக்காமல் பிரேசில் அருகே கப்பலில் இருந்து மெர்லின் பாட்டியின் மரணத்தை போன் மூலமாக மட்டுமே கேட்டுக்கொண்டு அழுகிறான் ரெபிண்டோ. கடலுக்கு நடுவில் தவிக்கிறான். உலகில் இன்னொரு கடலோரத்தில் இருக்கும் அவனை அந்தக் கடல்தான் இணைக்கிறது. அதுதான் அந்த நேரம் தேற்றுகிறது.

அங்கே காற்றில் மீன் கவிச்சி மட்டுமா நிறைந்திருக்கிறது? பகையும், பழிக்குப் பழி வாங்கும் வன்மமும், இரத்தக் கவிச்சியும் நிறைந்தவர்களாய் 'உப்பேறிய மனிதர்கள்' இருக்கிறார்கள்.

கருத்த முரட்டு உருவமும், தடித்த குரலும், சுங்கான் சுருட்டு புகையோடும் கூடிய விமலாத்தா இந்தத் தொகுப்பில் உள்ள முக்கியமான கதை மாந்தர்களில் ஒருவர். ராஜாளியாக இருந்தவர் அடிபட்ட குருவி போல தன் கடைசிக் காலத்தில் சுருண்டு கிடக்கும் காட்சியை வாசிப்பவனுக்குள்ளும் நிறைத்து விடுகிறார் எழுத்தாளர்.

'மெரி கிறுஸ்மஸ்' கொண்டாட்டங்கள் முடிந்து உறவுகள் எல்லாம் அவரவர் இடங்களுக்குச் சென்றுவிட்ட நாளில் வெறுமை சூழ்ந்த அந்த வீட்டில் தனித்து விடப்படுகிறார்கள் வயதான ஹெலனம்மாவும் அந்தோணி அடப்பனாரும். 'உலகின் கடைசி மனிதர்களாய் காத்திருந்தார்கள்' என்னும் விவரிப்பில் நம் கண்களில் பனிக்கின்றன.

இந்தத் தொகுப்பில் இருக்கும் அண்டோவின் கதைகள் ஒவ்வொன்றும் ஒரு மனிதரின் மரணத்திலிருந்து பிறந்திருக்கின்றன. அந்த மனிதர்கள் குறித்த நினைவுகளிலிருந்து எழுந்த சித்திரங்களாகின்றன. அதில் அலையடித்துக் கிடக்கும் கடல் இருக்கிறது. ஊதுபத்தி வாசனையோடு கல்லறைத் தோட்டத்தைக் காணமுடிகிறது. கோயில் மணியோடும் கொயர் பெண்களின் இசையோடும் கிறிஸ்மஸ் இரவுகள் வருகின்றன.

கதைகளை மிக எளிமையாக நேரடியாக அண்டோவால் சொல்ல முடிகிறது. அடர்த்தியான வார்த்தைகள் மிக இயல்பாய் அவரிடமிருந்து வெளிப்படுகின்றன. வட்டாரத்தின் வழக்குகளும், சொற்பிரயோகங்களும் கதைகளை நெருக்கமாக்க உதவுகின்றன.

தன் உள்ளங்கை வழியே அள்ளி அள்ளிக் காட்டுவதற்கு அவரிடம் ஒரு கடல் இருக்கிறது என்பதை அவரது இந்த சிறுகதைத் தொகுப்பு நமக்கு உறுதியளிக்கிறது. ஆழத்தில் மூழ்கி முத்தெடுக்கவும் அவரால் முடியும் என்பதை உணர்த்துகிறது.

வாழ்த்துகளுடன்
மாதவராஜ்

அபூர்வ வாழ்க்கையின் ஆவணங்கள்

தோழர் அண்டோ கால்பட்.. தனது ஒற்று எனும் ஒரு சிறந்த நாவலின் மூலம்தான் அறிமுகம் ஆனார். அதற்குப்பின் அவர் குறித்த விபரங்கள் ஒவ்வொன்றாக அறியத்துவங்கினேன்.

நாவலாகட்டும், கட்டுரைகளாகட்டும், தான் கொண்ட கொள்கை, இலட்சியத்துக்காக இடைவிடாமல் செயல்படும் களப்பணியாகட்டும். அவர் ஓர் அசுரன் என்று கண்டு கொண்டேன்.

முந்தைய எழுத்து வடிவங்களில் முத்திரை பதித்துவிட்ட தோழர் அண்டோ கால்பட், தனது புதிய முயற்சியான சிறுகதைகளிலும் தனது முத்திரைப் பயணத்தைத் தொடங்கிவிட்டார்.

நெய்தல் நிலத்து மக்களோடு பின்னிப்பிணைந்த தனது வாழ்வின் அனுபவங்களைக் கதைகளின் மூலம் நம்மோடு பகிர்ந்து கொள்கிறார்.

'உப்பேறிய மனிதர்கள்'- எனும் இத்தொகுப்பிலுள்ள ஒவ்வொரு கதையும், வெவ்வேறுபட்ட களங்களில் நிகழும் சம்பவங்களில் தொடர்புடைய மனிதர்களின் பல்வேறுபட்ட குணாதிசயங்களை நமக்கு சித்திரமாகக் காட்டுகிறது.

கதைகளின் போக்கு நாம் யூகித்தறிய முடியாத திருப்பங்களாய் விரிகிறது. உணர்ச்சிக் கொந்தளிப்புகளும், நெகிழ்ச்சியான தருணங்களும் நம்மை ஆட்கொண்டு விடுகின்றன. சில கதைகளின் மாந்தர்கள் இப்படியும் மனிதர்கள் இருக்கிறார்களா? என நம்மைக் கோபமடையச்

செய்வதும், இப்படியும் மனிதர்கள் இருக்கிறார்களா.? என நம்மை ஆச்சரியப்பட வைப்பதும், இப்படியும் மனிதர்கள் இருக்கிறார்களா? என நம்மை மகிழ்ச்சியடையச் செய்வதுமாக. அவர் தேர்ந்தெடுத்துக் கொண்ட கதாபாத்திரங்கள் நம்மை ஆக்ரமித்துக் கொள்கின்றன.

வாழ்க்கை எத்தனை அபூர்வமானது என கைத்தான் பப்பாவும், அல்பெர்ட்டா சிஸ்டரும், கிறிஸ்டோபர் அண்ணனும். என ஒவ்வொரு பாத்திரமும், கதைகளில் வரும் ஒவ்வொரு சம்பவமும் நமக்கு உணர்த்திச் செல்வதை மறுக்கமுடியாது.

அதேபோல் வாழ்க்கை என்பதைக் குறித்த கதாசிரியரின் புரிதல்களும், வியாக்கியானங்களும் நம்மையும் புதிய கோணத்தில் சிந்திக்க வைக்கின்றன.

மீனவர்களின் வாழ்க்கைப் பாடுகள் குறித்த விபரங்கள் அழகாகப் பதிவு செய்யப் பட்டுள்ளன.

அலைகடல் என்பது நமக்கெல்லாம் எப்போது நினைத்தாலும் மிகப்பிரம்மாண்டமான சித்திரமாகவே மனதினுள் விரியும். ஆனால், அவ்வளவு பிரம்மாண்டமான கடலை, தனது விருப்பத்திற்கேற்ப கட்டுப்படுத்த முடிந்த, மோசசிற்குப் பிறகான மனிதர்களும் நெய்தல் நிலத்தில் இருந்திருக்கிறார்கள் என அறியத்தரும்போது நமக்கு மேலும் ஆச்சரியமூட்டுகிறார் அண்டோ கால்பட்.

அதேபோல், பேயடித்து ஏற்றுவது என்றால் என்னவென்று வாசிக்கும்போது நெஞ்சம் திகிலில் உறைவதைத் தவிர்க்கவே முடியவில்லை. இக்கதையை வாசிக்கும்போது நீங்களும் அதனை அனுபவிப்பது உறுதி.

கிளிஞ்சல்கள் கதை, மானுடக் காதலின் சிறப்பான பக்கங்கள். இப்படி ஒவ்வொரு கதையும் ஒவ்வொரு விதத்தில், நம்மை உணர்ச்சிகளின் பிடியிலேயே வைத்திருக்கின்றன. சலிப்பும் தொய்வும் இல்லாத எழுத்துநடை.

நம் கண்கள் வாசித்தலில் இருந்தாலும், நம் காதுகளில் அண்டோ கால்பட்டும், கதாபாத்திரங்களும் தனது உணர்ச்சி மிக்க வார்த்தைகளால் கதை சொல்லிக் கொண்டிருப்பதை நீங்களும் உணரமுடியும்.

வட்டார மொழிவழக்கில் நமக்கு கிடைத்த இன்னுமொரு அற்புதமான சிறுகதைத் தொகுப்பு. தொடந்து பல சிறுகதைத் தொகுப்புகளை தமிழ் இலக்கியத்திற்கு அவர் தரவேண்டும் என்று வாழ்த்துகிறேன்.

என்றென்றும் அன்புடன்

பொள்ளாச்சி அபி

ஒவ்வொரு மனுஷனுக்கும் ஒரு ஒலகம்

எழுத்தாளர் "ஆண்டோ கால்பட்" அவர்கள் இளம் வயதிலேயே காத்திரமான ஒன்பது சிறுகதைகள் படைத்திருப்பது வியப்புக்குரியது.. சஸ்பென்ஸ், திருப்பம், என்பதெல்லாம் இல்லாமலே, ஒரு பிரிவு மக்களின் அன்றாட வாழ்க்கை முறையைச் சுவாரசியமாக, இயல்பாக தமது கதைகளில் வெளிப்படுத்தியுள்ளார்.

"மெரி கிறுஸ்மஸ்" கதையில், பண்டிகையின்போது வெவ்வேறு இடங்களில் வசிக்கும் ஒரு குடும்பத்தின், நான்கு தலைமுறையினரும் ஒன்று சேர்ந்து கொண்டாடும் நிகழ்ச்சிகளைத் தத்ரூபமாக காட்சிப் படுத்தியிருப்பார். அனைவரும் ஒன்று கூடியதும், பெண்கள் கேலி, கிண்டலுடன் சமையல் வேலை பார்ப்பது, ஆண்கள் தம் நண்பர்களுடன் அரட்டை அடிப்பது, சிறியவர்கள் பெரியவர்களிடம் ஆசீர்வாதம் பெற்றுக் கொள்வது, பிரேயர் செய்வது, ஆலயத்தில் உரையாடல் ஆகியவைகளை மிக அழகாக விவரித்திருப்பார். கிறுஸ்மஸ் இனிமையாகக் கழியும்.

வாழ்க்கையில் நல்ல மனிதர்களைப் பற்றி, அவர்கள் அன்பில், புரிதலில், பண்பில் சிறந்தவர்கள் என்பதை மையமாக வைத்து நான்கு புனைவு கதைகள்.. "கைத்தான் பப்பா", "கிறிஸ்டோபர் அண்ணன்", "அல்பெர்ட்டா சிஸ்டர்", "சேனைத்தண்ணி".. இவர்களைப் பற்றி நமக்குள்ளும் அதே உணர்வுகளை ஏற்படுத்தும் விதத்தில் அழகாக புனையப்பட்டுள்ளது.

"பேரப்புள்ள, ஒவ்வொரு மனுஷனுக்கும் ஒரு ஒலகம் உண்டு; அடுத்தவங்க உலகத்தை நமக்கு ஏத்துக்க முடியலங்கிறதால அதைக் கேலி பேசுவதும் தூசித்து பேசறதும் தப்பு" என்ற "கைத்தான் பப்பா" கதை வரிகள் தனிமனித உரிமை மதிக்கப்படாத வலியை உணர்த்துகின்றன.

"உப்பேறிய மனிதர்கள்" கதையில், "சூசை அந்தோணி" உழைப்பாளிகளுக்கு ஆதரவாக உறுதியாக நின்றதால் அவருக்கு நேர்ந்த கதி படிக்கும் பொழுது மனம் பதறுகிறது.. சாமானிய மனிதனான 'டொமினிக்', 'சூசை அந்தோணி' யை முதலாளி விசுவாசம் என்ற பெயரால் கொலை செய்யும் கொடூரம் நெஞ்சைப் பிசைகிறது.

இதே போன்று "ஓயாத அலைகள்" கதையில் ஒரு சாமானிய மனிதன் தன் வியாபாரம் தழைக்க மாந்திரீகத்தை நம்பி, மன நோய் பாதிக்கப்பட்ட ஆதரவற்ற அனாதை பெண்ணைப் பலி கொடுக்கும் கொடுமை, அறியாமையின் உச்சம். வாழ்வாதாரத்திற்கான உத்தரவாதமின்மையே இதற்கெல்லாம் காரணம். இதே கதையில் எழுத்தாளரின், இறப்பை பற்றிய புனைவு நம்மை மெய்சிலிர்க்க வைக்கிறது.... உயிர் பிரிவதை கூட ஒருவரால் விவரிக்க இயலுமா என்று வியக்க வைக்கிறது. அத்தனைத் தத்ரூபம்.

'கிளிஞ்சல்கள்' கதையில் காதலைப் பற்றி மிக அழகாக ரொமான்ஸுடன் கூறியிருப்பார். மனித இயல்பைப் பற்றி கூறும் "பத்திரம்" கதை வாழ்க்கையில் திடீரென்று ஒரு புதையல் கிடைத்தது போன்றும், அதன் மேல் கற்பனையை ஓடவிட்டு.. பிறகு அதுவே இல்லை என்று ஆகிப்போகும் அவஸ்தையைக் கூறும் எதார்த்த கதை.

ஒவ்வொரு கதையும் சுவாரஸ்யமான துவக்கம் கொண்டதாகவும், இயல்பாகவும், விறுவிறுப்பு குறையாமலும் உள்ளது. இக்கதைகள் புனைவாக இருந்தாலும், இப்பிரிவினரின் உண்மையான வாழ்க்கை முறையைப் பிரதிபலிக்கிறது. இது ஒரு மிகப்பெரிய சிறப்பம்சமாகும். பாராட்டுக்கள். ஹேட்ஸ் ஆஃப் ஆண்டோ கால்பட்!! மேன்மேலும் தொடர்ந்து எழுத வாழ்த்துகள்.

தோழமையுடன்
மல்லிகா பத்மினி சே.ப.

விடுபட்டவர்களின் வாழ்வியல் பதிவு

பொதுவாக இன்றைய தமிழ்ச் சிறுகதை உலகின் பரப்பானது ஏராளமான எழுத்தாளுமைகளால் பல்வேறு கட்டுடைப்புகள் செய்யப்பட்டு அதன் தளம் மிகப்பெரிய அளவில் பரந்து விரியச் செய்யப்பட்டுள்ளது.

தமிழ் இலக்கிய உலகில் சிறுகதைகளுக்கென தனித்த ஒரு இடமும் மிகப்பெரும் வாசகப் பட்டாளமும் அதற்கு உண்டு. அப்படியொரு பரந்த வாசிப்பு பசிக்கு தீனி போடும் வகையில் பல்வேறு விதங்களில் பல்வேறு களங்களை முன்வைத்து காத்திரமான சிறுகதைகள் எழுதப்பட்டுக் கொண்டே வருவதையும் நாம் அறிவோம்!

இன்னும் சொல்லப்போனால் சொல்லப்படாத சிறுகதைகளே இல்லையோ? என வியக்கும் அளவுக்கு சிறுகதைகள் எழுதப்பட்டு விட்டன.

இப்படி ஒரு செறிவார்ந்த மரபு பின்புலத்தில் இந்தத் தொகுப்பின் தேவை என்ன? என்ற கேள்வி எழுவது இயல்பானதே! அதற்கான விடை மிக எளிமையானது.

தமிழ் இலக்கிய உலகில் சமவெளி சமூகத்தைச் சார்ந்த / சாராத படைப்பாளர்களால் எழுதப்பட்டு வரும் இலக்கிய வகைமைகளோடு ஒப்பீட்டளவில் நெய்தல் நிலத்தின் கதைகளை / இலக்கியங்களை வைத்து பார்த்தால் இரண்டுக்குமான இடைவெளி கடலளவு என்பதை இயல்பாகக் கண்டு உணர முடியும்.

அதேபோல் நெய்தல் மண் சார்ந்த அறியப்பட்ட அல்லது வெகு ஜன வாசிப்புக்கு உட்படுத்தப்பட்ட படைப்பாளிகள் என்பது இன்னமும் விரல்விட்டு எண்ணும் அளவிலே இருப்பதும் குறிப்பிடத்தக்கது. அதன் காரணமும்-அரசியலும் வேறுகதை, நெடிய விவாதப் பொருள்.

அதிலும் தமிழ் இலக்கியத்தில் நெய்தல் மண் சார்ந்த கதைகள் என்றால் வாசக மனதை பொறுத்தவரை அது வங்கக் கடலின் ஆர்ப்பரிக்கும் சத்தம், கிறுத்தவ ஆலயங்களின் மணியோசை ஆங்கிலோ இந்திய பெயர்கள் கொண்ட கதை மாந்தர்கள் கடலும் அது சார்ந்த அன்றாட வாழ்வியல் கொண்டவர்கள் என்று ஒரு வகைமைக்குள் சுருக்கப்பட்டு கட்டமைக்கப்பட்டுள்ளன என்பது என் கருத்து, புரிதல்!

இவைகளெல்லாம் மட்டுமே நெய்தல் மனிதர்களின் வாழ்வியல் அல்ல கடலுக்கும் தங்களுக்குமான தொப்புள் கொடி அறுக்கப்பட்டு நெய்தல் நிலத்தில் வாழும் மனிதர்களின் அன்றாட வாழ்வியல் என்பது அதிகம் பேசப்படாதது கவனம் கோரப்படாதது.

எனது இந்த 'உப்பேறிய மனிதர்கள்'- தொகுப்பில் அப்படிப்பட்ட மனிதர்களின் வாழ்வியலையும் அறிமுகம் செய்துள்ளேன். அந்த வகையில் இது கடற்கரையோரத்தில் இருந்து கரையேறிவர்களின் கதையும் கூட!

அதேபோல் மாலுமிகள் - கன்னியாஸ்திரிகள் என குடும்பத்துக்காக தங்கள் வாழ்வைக் கடலோடும் கடவுளோடும் பிணைத்துக் கொண்டவர்களைப் பற்றியும் பேசியுள்ளேன்.

என் கதைகளில் கடல் இருக்கும் என் கதைகளுக்கு சாட்சியாக ஒரு கதாபாத்திரமாக அவ்வளவுதான்!

இக்கதைகளில் எப்படி கத்தோலிக்க மதம் அம்மனிதர்களின் அன்றாட வாழ்வில் ஆதிக்கம் செலுத்துகிறது என பேசியுள்ளதன் மூலமாக அவர்களின் அரசியலற்ற அரசியலை மிகமிகக் கவனமாக 'எழுதப்படாத வார்த்தைகளால்' பதிவு செய்தவனாகவும் ஆகிறேன்.

எழுதப்பட்ட சொற்களை விட எழுதப்படாத சொற்கள் வீரியம் மிக்கவை அல்லவா?

ஒரு சிறுகதை என்பது ஒரு நொடியில் நிகழ்வதைப் பற்றி பேசுவதாகவும் படைக்கலாம். ஒரு பெருங்கொண்ட வாழ்வின் கருக்கமாகவும் எழுதலாம். நானோ இந்தத் தொகுப்பின் ஒவ்வொரு கதைகளுக்குள்ளும் எங்கள் வாழ்வின் சொல்லப்படாத அல்லது அதிகம் பேசப்படாத பக்கங்களைப் பதிவு செய்ய முயற்சித்துள்ளேன்.

அதனால் ஒரு எளிய வாசக மனம் விரும்பும் சுவாரஸ்யங்களோ நச்சென்ற முடிவுகளோ இதில் இல்லாமல் இருக்கலாம். அதனால் என்ன? வாழ்வென்பதும் ஒருவகையில் யதார்த்தங்களின் புனைவு தானே?

இத்தொகுப்பை வாசிக்கும் நீங்கள் நெய்தல் நிலத்தைச் சார்ந்தவராக இருந்தால் இக்கதைகளில் சொல்லப்பட்ட வாழ்வின் பக்கங்கள் உங்கள் வாழ்வில் நடந்தவைகளாகவோ கதையின் மாந்தர்கள் நீங்கள் அறிந்தவர்களாகவோ உணர்வீர்கள்! மாறாக நீங்கள் நெய்தல் நிலத்தைச் சாராதவராக இருந்தால் இக்கதைகளில் சொல்லப்பட்ட சில வாழ்வின் பக்கங்கள் முற்றிலும் உங்களுக்குப் புதியவையாக இருப்பதை உணர்வீர்கள்!

இடைவிடாத தொழிற்சங்கப் பணிகள் இதற்கிடையில் கொஞ்சம் வாசிப்பு எழுத்து என தொடர்ந்து.

நான் இயங்குவதற்கு பின்புலமாக என் பக்கபலமாக இருந்து வரும் என் அன்பு இணையருக்கும் பாசமிக்க குழந்தைகளுக்கும் என் அன்பின் முத்தங்கள்!

இத்தொகுப்பிற்கு அணிந்துரை வழங்கியுள்ள எழுத்தாளரும், ஆவணப்பட இயக்குநருமான அன்பு அண்ணன் மாதவராஜ் அவர்களுக்கும், நான் கேட்டுக்கொண்டதும் வாஞ்சையோடு அணிந்துரை வழங்கிய எழுத்தாளர் தோழர் பொள்ளாச்சி அபி மற்றும் தோழர் சி.பி.மல்லிகா ஆகியோருக்கு என் மனமார்ந்த நன்றிகள்! இத்தொகுப்பினை அழகாக வடிவமைத்து வெளியிட்டுள்ள மகிழினி பதிப்பகத்தின் நிறுவனர் தோழரும், கவிஞருமான சுபி. முருகனுக்கு என் அன்பும் நன்றிகளும்!

அ. அண்டோ கால்பட்
22சி, காளியப்பர் சந்து,
தூத்துக்குடி - 628001.
அலைப்பேசி எண்: 9994989294.
மின்னஞ்சல் - antogaulbert@yahoo.in

உள்ளே

1. கைத்தான் பப்பா 19
2. அல்பெர்ட்டாசிஸ்டர்! 33
3. கிறிஸ்டோபர் அண்ணன் 39
4. பத்திரம் 52
5. ஓயாத அலைகள் 60
6. கிளிஞ்சல்கள் 75
7. உப்பேறிய மனிதர்கள் 97
8. சேனைத்தண்ணி 108
9. மெரி கிறுஸ்மஸ் 118

01 கைத்தான் பப்பா

திடீரென அவள் என்னைப் பதற்றத்துடன் எழுப்பினாள்.

“எப்பா.. யாரோ இந்த நேரத்துல போன் பண்றாங்க... என்னன்னு கேளுங்கப்பா...” தூக்க கலக்கம் முழுவதும் நீங்காமல்.. “ஏய்! யாரு என்னன்னு நீ கேட்டுத் தொலைக்க வேண்டியது தான? இப்படியா சாமத்துல எழுப்புவா...”

“நீங்க என்ன ஏதுன்னு கேளுங்கப்பா... எனக்கு பதட்டமா இருக்குல்ல...” எனச் சொல்லியபடி செல்போனை அவள் என்னிடம் நீட்டினாள்.

எனக்கும் அவளது பதட்டம் கொஞ்சம் தொற்றிக் கொண்டது. அவள் பதற்றம் அடைவதும் சரிதான்! ஏதாவது கெட்ட செய்தி என்றால் தான் பொதுவாக இந்த நேரத்தில் அழைப்பு வரும் என நினைத்தபடியே அவளிடம் இருந்து செல்போனை வாங்கினேன். அதில் எனது காண்டாக்டில் பதிந்து இருந்த நபர்களிடம் இருந்து வராமல் ஒரு புது எண்ணில் இருந்து வந்திருந்தது.

சற்றே யோசனையுடன்... “ஹலோ... யாரு?” என்றேன்.

“எய்யா... நீ ஜெனிட்டா மகன் பிரவீன் தானே?”

“ஆமா... நாந்தான் சொல்லுங்க...”

“எய்யா... நான் பழையகாயல்ல இருந்து தெரசிட்டா அத்தை பேசுறேன்ய்யா... நம்ம கைத்தான் பப்பா... கொஞ்ச நேரத்துக்கு முன்னாடி எறந்துட்டார்ய்யா... இன்னைக்கி சாயிங்காலம் மூணு மணிக்கு அடக்கம் எடுப்போம்னு அம்மாகிட்ட சொல்லிரு... எல்லாரும் வந்திருங்க... நம்ம குடும்பத்தோட பெரிய சாவுய்யா... பேரன்மாரு, பேத்தி மாரு, பூட்டன் பூட்டி மாரு எல்லாரும் வந்துரனும் சரியா...”

“சரித்தே...” என நான் சொல்லி முடிக்கவும் எதிர்முனை அழைப்பைத் துண்டித்தது

“என்னங்க என்ன ஆச்சு யாரு இந்த நேரத்துல என்ன விஷயம்?” என ஆக்னஸ் பதறினாள். “ஏய்! கைத்தான் பப்பா... எறந்துட்டாராம்... காலையில ஊருக்கு போவனும்... மணி என்ன இப்போ?”

“ஐஞ்சே கால் ஆகுது...”

“காலையில விடிஞ்ச பெறவு அம்மாகிட்ட சொல்லிகிடலாம்... இப்பவே சொன்னா அழுது ஊரக் கூட்டிருவாக... புள்ளைகளுக்கு ஆட்டோகாரர்கிட்ட லீவு சொல்லி அனுப்பிடு... நாம ஒரு எட்டு எட்டரை மணிக்கு கௌம்பனும்... அத அனுசரிச்சு வேலைய வச்சிக்க”

“பப்பாவுக்கு... என்ன வயசிருக்கும்?”

“தொண்ணூறு வயசுக்கு மேல இருக்கும்... சரி இப்ப படு!” என்றபடி நான் படுத்துக்கொண்டேன். ஆனால் எனக்கு தூக்கம் பிடிக்கவில்லை. எனது நினைவுகள் கைத்தான் பப்பா குறித்து பயணிக்கத் துவங்கியது.

அந்தக்காலத்தில் பேர் போன தோணி தண்டலாய் இருந்தவர்.

என் அம்மாவிற்கு அப்பாவுடன் பிறந்த சித்தப்பா தான் கைத்தான் பப்பா... மிக ஏழ்மையான குடும்பத்தில் இரண்டு

அண்ணன்களுக்கும் ஒரு அக்காளுக்கும் கடைசி தம்பியாக பிறந்தவர். எட்டு வயதில் கருவாட்டு கூடையைத் தூக்கிக் கொண்டு வியாபாரம் செய்ய ஆரம்பித்ததில் துவங்கிய உழைப்பைத் தன் எழுபது வயதில் தன் மூத்த மகளின் எதிர்பாராத மரணத்துக்கு பின்பே வீட்டில் முடங்கினார். நல்ல ஆறடி உயரமும், விரிந்த தேகமும் கொண்ட ஆகிருதியான மனிதர். என்னைப் பொறுத்தவரை பப்பா என்றவுடன் நினைவுக்கு வருவது அவர் சொல்லும் கதைகள் தான்!

எனது குழந்தைப்பருவம் முழுவதும் பப்பாவின் கதைகளால் நிரம்பியது தான் என்றால் அது மிகையில்லை. நாம் கதை சொல்லும் பாட்டிகளைத் தான் கேள்விப்பட்டிருப்போம் ஆனால் எங்களைப் பொறுத்தவரை கதை சொல்லி பப்பா தான்! அவர் பொதுவாக உரையாடுவதே கதைகளைக் கொண்டு தான். அப்படி ஒரு இயல்பைக் கொண்டிருந்தார். இத்தனைக்கும் சொல்வார்களே மழைக்கு கூட பள்ளிக்கூடம் ஒதுங்கியது இல்லை என்று பப்பாவும் அப்படித்தான்.

“பேரப்புள்ள பப்பாவுக்கு மூக்குப்பொடி வாங்கியாந்தியளா?” என்னை எதிர்கொள்ளும் போதெல்லாம் பப்பா கேட்கும் முதல் கேள்வி இதுதான். நானும் ஊருக்கு போகும் சமயங்களிலெல்லாம் நிச்சயமாக அவருக்கு மூக்குப்பொடி வாங்கிச் செல்வேன். எனக்கு பப்பாவின் மீது பிரியம் அதிகம். இப்போதும் நன்றாக நினைவிருக்கிறது... அப்போது நான் ஐந்தாம் வகுப்பு படித்துக்கொண்டிருந்தேன். ஒருநாள் உடற்கல்வி வகுப்பில் பள்ளி மைதானத்தில் நான் என் நண்பர்களோடு விளையாடிக்கொண்டிருக்கும் போது என்னையும் எனது அக்காளையும் கைத்தான் பப்பா தான் வந்து பாதியில் வீட்டுக்கு அழைத்துப் போனார். வழக்கமாய் அந்தநேரத்தில் வேலைக்கு போயிருக்கும் அப்பா வீட்டின் நடுவே கிடத்தி வைக்கப்பட்டிருந்தார்.

“அப்பா ஏன் இங்க படுத்திருக்காங்க...” என நான் கேட்டபோது கைத்தான் பப்பா சொன்ன கதை “எய்யா... மேல சொர்க்கத்துல இயேசப்பாக்கு பேசிக்கொண்டு இருக்க

நல்ல சேக்காளிமாறே இல்லையாம் உங்கப்பா தான் எந்நேரமும் நல்லா எல்லார்கிட்டையும் பேசிட்டு இருப்பாருல அதான் அங்க அவருக்கு பேச்சுத்துணைக்கு கூப்பிட்டு கிட்டார்" என அவர் சொல்லி முடிக்கவும்... "பப்பா... எங்கப்பாவை விட நீங்க நல்லா பேசுவீங்க தானே நீங்க சேசப்பாகிட்ட போயிட்டு எங்கப்பாவ வரச் சொல்லுங்க..." என நான் அடம்பிடித்து அழுத போது அந்த மனிதன் வெடித்து அழுது என்னை அணைத்துக்கொண்டது இன்னமும் என் நினைவில் இருக்கிறது.

நினைவில் இருந்ததோ இல்லையோ பிற்காலத்தில் பப்பா பேச்சு வரும்போதெல்லாம் அடிக்கடி இதனைச் சொல்லிச் சொல்லி என் அம்மாவும் மற்றவர்களும் என் நினைவுகளில் பப்பா என்றவுடன் இச்சம்பவம் நினைவில் வரும்படி பதிந்து போகச் செய்துவிட்டார்கள்.

எனது தந்தையின் அகால மரணத்துக்குப் பின் எங்கள் குடும்பத்துக்கே தாய்க்குத் தாயாகவும் தந்தைக்குத் தந்தையாகவும் இருந்து வழி நடத்தியவர் கைத்தான் பப்பா தான். அம்மா வயக்காட்டு வேலைக்கு ஆட்களைக் கவனிக்கச் செல்லும் போதெல்லாம் எங்களுக்கு பப்பா வீட்டில் தான் விளையாட்டு, சாப்பாடு, கதை எல்லாம். எப்போதும் ஏதாவது கதை சொல்லிக்கொண்டே இருப்பார். பிற்காலத்தில் நாங்கள் மேற்படிப்புக்காக பழையகாயலில் இருந்து தூத்துக்குடிக்கு குடியேறிய பின்னும் ஊரில் இருந்த எங்களது சொத்துக்களைப் பராமரித்துக் கொடுத்தது பப்பாவும், அவரது பிள்ளைகளும் தான். விடுமுறை என்றால் குடும்பத்தோடு பழையகாயலுக்குச் சென்றிடுவோம். அப்போதும் விடிய விடிய பப்பாவின் கதைகள் தான். தான் தோணித் தண்டலாய் போன கதைகளை அத்தனை சுவாரஸ்யமாக விவரிப்பார். அதிலும் அவருக்கு வேலைப் பழகிக் கொடுத்த திபுர்சியான் தண்டலைப் பற்றிய கதைகள் என்றால் உற்சாகமாகிவிடுவார்.

"பேரப்புள்ள... அப்போ நாங்கெல்லா எளந்தாரிக... ஒரு மலையாள நடைக்கு போயிட்டு திரும்பி வந்திட்டு

இருந்தமாக்கும்... காத்துன்னா காத்து பேக்காத்தா இருந்துச்சு... தோணி அலமாட்டமா கெடந்துச்சு... எங்களுக்குன்னா நல்ல பசிவேற கேட்டியறா... எங்க தண்டலுகிட்ட சொன்னமாக்கும்... மனுச தரையில நடக்குற மாறி சாதாரணமா வந்து அணியத்து பக்கமா நின்னுகிட்ட கையி ரெண்டையும் விரிச்சு என்னமோ மந்திரத்தை சொன்னாரு பாரு எங்கண்ணைய நம்ப முடியல... கடலு அவரு சொல்லுக்கு கட்டுப்பட்டு காத்தாடி எல்லாம் நின்னுப்போச்சுன்னா பாத்துக்கோயன்... “வலைய எலக்குங்கலே...” என அவர் சத்தம் கொடுத்ததும் நாங்க வலைய போட்டோம் மக்கா செத்த நேரத்துல... “இழுவுங்கல அத...”ன்னு மறுபடியும் கத்துனார். கோட்டிக்கார மனுசன் என்னமோ சொல்றானேன்னும் இழுத்தா நம்பமாட்டீரு பேரப்புள்ள ஒத்த ஆளு இழுக்க முடியல....நா(ன்)லா அப்போ நல்லா தாட்டியமா இருப்பேன் எனக்கே மூச்சு வாங்குது... ஒருவழியா இழுத்து போட்டா... ஒத்தாள வல முழுக்க மீனுவனா கேளும்... அப்புடி செழிக்க செழிக்க எப்பையும் தின்னதில்லன்னா பாத்துக்கோயேன்... கடல கெட்டுறதுன்னா அது எங்க தண்டல் தான்! திபுர்சியான் தண்டலுக்கிட்ட வேல கத்துகிட்டதுல இன்னைக்கு நாம் மட்டுந்தான் பொழச்சு கெடக்கன்...”

“பப்பா.. உங்களுக்கு கடலு கெட்ட தெரியுமா?”

“ஏ! அங்க இன்ன பேரப்புள்ளகிட்ட வா குடுத்துட்டு இருக்கீக... செத்த நாலு எட்டு போயி மவளுக்கு கறிக்கு வேணும்னா... அங்கன ரெண்டு முரங்கைக்காய தட்டி எடுத்து கொடுத்திட்டு வந்தா என்ன?” என அம்மே அடுக்களையில் இருந்து கத்தினாள்.

“பேரப்புள்ள... கடல கெட்டுறதெல்லா பெருசு இல்ல... உங்க அம்மேக்காரி வாயக்கெட்ட வழி தெரியாமல்ல திரியுறேன் பப்பா...” என சொல்லியபடி அம்மேயின் குரலுக்கு கட்டுப்பட்டுக் கிளம்பிப் போனார்.

எனது பல இரவுகள் பப்பாவின் கதைகளால் நிரம்பியவை தான். அப்படி ஒரு இரவில் அவர் சொல்லி நிறுத்திய கதையொன்று இப்போதும் எனது நினைவில் விடையற்று உள்ளது. அதிலும் அந்தக் கதை குறித்து நான் அதற்கு பின்பும் பலமுறை பப்பாவிடம் கேட்டும் அவர் தன் ஒருக்களித்த சிரிப்பைத் தவிர வேறெதுவும் எனக்கு பதிலாக தந்ததில்லை. அந்தக் கதையை அவர் என்னிடம் சொன்ன அன்று பப்பா வழக்கத்துக்கு மாறாக கொஞ்சம் அதிகமாகவே வடிப்பு உட்கொண்டிருந்தார். அதனால் அதிக உற்சாகமாக அன்று காணப்பட்டார். அந்தக்காலங்களில் அவர் பழங்களைப் போட்டு வடிப்பு போடுவதில் வல்லவர். அன்றும் அப்படித்தான் ஆரம்பித்தார்...

"இந்த வெள்ளக்காரப் பய சாராயமெல்லா கொடலத்தான் கெடுக்கும்.... ஒடும்புக்கு புடிச்ச கேடு... ஆனா நாம பக்குவமா போடுற வடிப்புக்கு முன்னாடி அதெல்லா வருமா... கேட்டா அவன் செஞ்சா நல்ல சாராயமாம் நம்ம பாத்து பாத்து போட்டா அது கள்ளச் சாராயமாம். களவாணிப் பயலுவ..."

நன்றாக சாய்வு நாற்காலியில் தன் உடலைச் சரித்து கொண்டவாறே தொடர்ந்தார்... "பேரப்புள்ள... அந்த நாளையில நான் வடிச்சத சாப்பிட்டா கௌவியும் முறுக்கேறி போயிருவான்னா பாத்துக்கோவும்... அதெல்லா ஒரு காலம்..." கொஞ்சம் ஏதேதோ நினைவுகளில் மூழ்கியவர் தன் இடுப்பில் இருந்து மூக்குப் பொடியை எடுத்து போட்டுக்கொண்டார்.

"அந்தக்காலமெல்லா திரும்பி வராது... அவள மாறி அன்பக் காட்டவும் யாராலையும் முடியாது... என்னத்த கண்டாளோ எம்மேல அவளுக்கு அம்புட்டு பிரியம் உண்டு. நல்ல வரண்டு போன பாலவனத்துக்கு நடுவுல வத்தாத நீர் சோல இருக்குமாம்... அந்த கணக்கா வத்தாத பிரியத்துக்கு சொந்தக்காரி. அப்போ என் அண்ணமாருக்கும், அக்காளுக்கு கல்யாணமாகி அவுக அவுக குடும்பமா இருந்தாக. எங்க அம்மா அப்பாலாம் போய் சேர்ந்திருந்தாக... நான் ஒவ்வொரு ஒடம்பொறத்தா வீட்டுலயா தின்னுட்டு திரிஞ்ச காலம்.

24 உப்பேறிய மனிதர்கள்

அப்போ..தா எனக்கு அவளுக்கும் பழக்கம் ஏற்பட்டு போச்சு. அவ புருசன் ஒரு குடிகாரப் பய ராவும் பகலும் அவன் குடிச்சிட்டு விழுற எடந்தான் வீடும் உலகமும் அவனுக்கு. எனக்கும் அவ ஏந்தலா இருந்தா. பேரப்புள்ள நீரு பப்பாவ தப்பா நெனைக்காதையும்... என்னைய ஒரு பச்சப்புள்ளய பாத்துகிட்ட மாறி தான் அவ பாத்துகிட்டா... நானும் என் அம்மைய தான் அவகிட்ட தேடிக்கிடந்தேன். ஆனா ஊருக்கு அதெல்லா புரியல..."

"பேரப்புள்ள... ஒவ்வொரு மனுஷனுக்கும் ஒரு ஒலகமுண்டு! அடுத்தவன் உலகத்த நமக்கு ஏத்துக்க முடியலங்கிறதால அதக் கேலி பேசுறதும் தூசித்து பேசுறதும் தப்பு... எனக்கு அதுவரைக்கும் தலவலிச்சுதா, வயிறுவலிச்சுதான்னு கவலப்படாத என் உடம்பெறத்தானுவ ஊரு பேசுதுன்னு உங்க அம்மைய கட்டி வச்சானுவ... உங்க அம்மைக்காரிக்கும் எல்லா தெரியும்... ஆனா ஒரு சாட காட்டிக்கிட்டதில்லயே. உங்க அம்மை வந்த பொறவும் நான் அங்க போக்கும் வரத்துமா தான் இருந்தே... ஆனா அவதான் என்னய கண்டிச்சா... இனி அவள பாக்க கூடாதுன்னு சொல்லி உங்க அம்மைகிட்ட என்னைய ஒப்படைச்சா... நான் தான் சொன்னம்லா எனக்கு அவ இன்னொரு தாயின்னு... மவராசி சரியா அன்னையில இருந்து ஒருவருசத்துக்குள்ள ஒரு கிறுஸ்மஸ் அன்னைக்கு போய் சேந்துட்டா..."

"ஒரு பூ மாறி வாழ்ந்து... உதுந்து போயிட்டா... ஆனா அவ விட்டுப் போன வாசம் மட்டும் இன்னமும் என்னய சுத்திக் கெடக்கு..." எனச் சொல்லி மௌனமானார்.

"பப்பா... யாரு அவுங்க? நம்ம ஊர்ல எந்தத் தெரு? பேர் என்ன?"

"பேரப்புள்ள... ஏதோ எளக்கமா இருந்துச்சேன்னு ஒம்மகிட்ட சொன்னேன் அதுக்காக எல்லாத்தையும் சொல்லிர முடியுமா?"

“இப்படி ஒரு கத உங்களுக்கு இருக்குமுன்னு நா நெனச்சு கூட பாக்கல... சும்மா ஒரு க்ளூ குடுங்களேன்....” என பப்பாவைச் சீண்டினேன்.

அவர் சிரித்துக் கொண்டே...“அவ ஒரு பூ! அவ உதிந்து போன இங்கலீஷ் மாசத்தோட மொத எழுத்து தான் அவப் பெயரோட மொத எழுத்தும்...”
“பப்பா... பேரக் கேட்டா விடுகதை சொன்னா... எப்படி?”

“முடிஞ்சுபோன கதைக்கு வெடை தேடுறது தேவயில்லாத வேல... இதுக்கு நான் பதில சொன்னா குருட்டுப் பூனை தவிட்டு மூட்டைய தட்டிவிட்ட கதையாகிப் போகும். நீர் போய் படும்” என சொல்லி சாய்ந்து கொண்டார்.

இப்படி பப்பாவின் நினைவுகளால் அலைக்கழித்து கிடந்தேன். இன்னமும் அக்கதைக்கான விடையை என்னால் கண்டடைய முடியவில்லை. வேறு யாரிடமும் அதுபற்றி கேட்பது சரியல்ல என்பதால் நான் பெரிதாக அதுகுறித்து துப்புதுலக்கவில்லை. எல்லா கதைகளுக்கும் ஒரு விடை இருக்கலாம் ஆனால் விடையற்ற கதைகள் தான் நம்மை விடாமல் பிடித்துக்கொள்ளும். என்னையும் அந்தக் கதை அப்படித்தான் பிடித்துக்கொண்டது. அவரது நினைவுகளிலும், அவர் சொன்ன கதைகளிலும் இருந்து விடுபட்டவனாய் ஒருவழியாய் எழுந்து என் அம்மாவிடம் பக்குவமாய் தகவலைச் சொல்லி அவளை ஆறுதல் படுத்தி பிள்ளைகளையும் அழைத்துக்கொண்டு என் காரில் பழையகாயல் நோக்கி விரைந்தேன்.

கைத்தான் பப்பாவின் வீடு... பழைய நுரைக்கல் கட்டிடம்! ஆனால் சுவரெங்கும் டைல்ஸ் ஒட்டப்பட்டிருந்தது. தேக்கு மரத்தாலான தூண்களைக் கொண்ட நீளமான திண்ணை. அதன் முன்னால் பெரிய பந்தல் போட்டிருந்தார்கள். பப்பா அந்த பெரிய வரவேற்பறையின் நடுவில் நல்ல பட்டுச்சட்டையும், வேட்டியும் கட்டி கனத்த ரோஜாப்பூ மாலையுடன் குளிர்சாதனப்பெட்டிக்குள்

கிடத்தப்பட்டிருந்தார். சுற்றி பெண்கள் அமர்ந்து இருந்து விசும்பிக் கொண்டிருந்தனர். பப்பாவின் தலைமாட்டில் ஒரு பெரிய குருஸூம் அதன் இருபக்கங்களில் பெரிய மெழுகுவர்த்திகள் எரிந்து கொண்டிருந்தது.

நாங்கள் உள்ளே நுழைந்ததைக் கண்டவுடன் அம்மே பெருங்குரலெடுத்து... "எய்யா என் ராசா யாரு வந்திருக்கான்னு பாருங்க... வாய்க்கு வாய் எம்மவ எம்மவன்னு சொல்வீங்களே அவள ஒருவாட்டி கண் தொறந்து பாருங்க என் ராசா... நம்ம பேரப்புள்ளைக... பூட்டன் பூட்டிக எல்லா பப்பாவ காண வந்திருக்குகளே... ஒருவாட்டி பாருங்க என் ராசா... இப்படி எங்களத் தவியா தவிக்க விட்டுட்டு போயிட்டீங்களே... இனி நான் தனிமரமா... எப்படி கெடப்பேன்.... ஐயோ..." என அழுது கொண்டிருந்தவள் சட்டென சன்னமான குரலுக்கு மாறி "எய்யா... நீயும் பேத்தியாளும் சேந்து பப்பாவுக்கு அந்த மாலையைப் போடுங்க..." என்றாள்.

நாங்கள் கொண்டு போயிருந்த மாலையைப் போட்டவுடன்.. "எய்யா அக்காளுக்கும் மச்சானுக்கு தாக்கல் சொல்லியாச்சா? கெடக்காதே அவளுக்கு பப்பான்னா ஓடியாந்துருவாளே..."

"அத்த தான் காலையில எனக்கு சொன்னாங்க அவுங்களே சொல்லியிருப்பாங்கன்னு நெனைக்கிறேன்..." என நான் இழுத்தேன்.

"சித்தி அதெல்லா(ம்) சொல்லியாச்சு... அவளும் அவ புருசனும் வந்திட்டு இருக்காங்க இவன்கிட்ட போய் இதெல்லாம் கேட்டிட்டு.." என பதிலளித்தாள் அம்மா! சற்று நேரத்தில் அவளும் இவர்களோடு சேர்ந்து அழத்துவங்கினாள். கொஞ்சம் கொஞ்சமாய் சனங்கள் வருவதும் துக்கம் கேட்டுவிட்டு அடக்கம் எப்போது என விசாரித்து செல்வதுமாய் இருந்தார்கள். அப்படி யாராவது ஆட்கள் உள்ளே செல்லும் போது மட்டும் பெண்கள் சொல்லி வைத்தாற்போல் அவரவர்க்கான நினைவுகளோடு கொஞ்சம் சத்தமாக ஒப்பாரி வைத்தார்கள்.

அவர்கள் அங்கிருந்து சென்றதும்...“ஏட்டி நா வரண்டு போய் கெடக்கு அந்தக் காபித்தண்ணிய கொஞ்சம் எடுத்து கொடுங்கட்டீ...” என வாங்கித் தொண்டையை நனைத்துக்கொண்டார்கள்.

திடீரென உள்ளிருந்து ஏதாவது தாக்கல் சொல்லிவிடப் படும்... “எய்யா.. நம்ம பங்குச்சாமிக்கிட்ட ஞாபக படுத்தியாச்சா...? கோயில் பொறவாசல மூணுமணிக்கு மேல தொறந்து வைக்க சொல்லிருங்க... அப்புறம் அந்த பேண்டு செட்டுக்காரன நெனவு படுத்தியிருங்க... சரியா?”

வெளியே இருந்து அதற்கு நாங்கள் பதில் சொல்வதற்குள் ஏதாவது செபத்தை முணுமுணுக்கத் துவங்கியிருப்பார்கள். அந்நேரம் யாராவது புதிதாய் உள்ளே வந்தால் ஆளைப் பொறுத்து சத்தமாய் அழுகைச் சத்தம் கேட்கும். அழுகை சத்தத்தின் அளவைக் கொண்டு... வந்தது நெருங்கிய சொந்தமா இல்லையா என்பதை யாராலும் எளிதில் கணித்து விட முடிவதாக இருந்தது.

சற்று நேரத்தில் அக்காவும் அக்கா மாப்பிள்ளையும் என் மருமகளோடு வந்தார்கள். அப்போது மீண்டும் அழுகைச் சத்தம் ஓங்கி ஒலித்தது... “யாத்தா! வந்து பாரு நம்ம பப்பாவ... பேத்தியா பேத்தியான்னு துடிச்சுப் போவாரே? பப்பாவப் பாரும்மா... எய்யா! ஏன் ராசா யாரு வந்திருக்கான்னு பாருங்கய்யா... உங்க அருமை பேத்தியாளும் பூட்டியும் வந்திருக்குதுவளே ஒருதடவ பாருமய்யா...” என அழுது கூட்டியவள்.. சற்று குரலைத் தணித்து “ஏட்டீ இங்க அம்மே பக்கத்துல வந்து உக்காரு வா...” என என் அக்காளை அழைத்து இருத்திக்கொண்டாள். என் மருமகள் எங்கள் அருகில் வந்து அமர்ந்து கொண்டது.

பாசத்தோடு என்னிடம் வந்தவள் “மாமா... எப்ப வந்தீங்க..? இனியாவையும், மகிழனையும் எங்க?” என அவள் விளையாடுவதற்கு என் பிள்ளைகளைத் தேடினாள்.

அவளது தலையைக் கோதியபடி... "அவுங்க வீட்டுக்கு பின்னால வெளையாண்டுட்டு இருக்காங்க நீயும் போ..." என அவளை அனுப்பிவிட்டு "என்ன மச்சான்.. திடீருன்னு லீவு போட கஷ்டமாயிடுச்சோ..."

"அதெல்லாம் இல்ல மாப்ள... இதுக்கு வராம எப்படி? எல்லா உங்க அக்காதான் துக்க வீட்டுக்கு போறதுக்கும் அப்படி கௌம்புறாய்யா..."

"சரி... வேறென்ன?"

"நீருதான மாப்ள சொல்லனும்... என்ன மேம்படி எதுவும் உண்டா...?"

"நீங்க வேற மச்சான் இவளுக பத்து நிமிஷத்துக்கு ஒருதடவ வந்து மோப்பம் புடிச்சிட்டு போறாளுவ... இதுல எங்கிட்டு எந்திச்சு போவ..."

"அதுக்கு இப்படியே எவ்ளோ நேரோம் இருக்க? உம்மாமனுங்கள பாரு ஆளுக்கு ஒரு தூணப்பிடிச்சிட்டு உக்காந்திருக்கானுவ... வந்தவங்கள என்ன ஏதுன்னு கேக்க வேண்டாமா?"

"நல்லா சொன்னீங்க போங்க... வேற வெனையே வேண்டாம்... நாமளாச்சும் போனமா வந்தமான்னு இருப்போம்... இதுல கூட்டு சேந்தா அவ்ளோதான்..." என நாங்கள் பேசிக்கொண்டிருக்கும் போதே என் அக்காளும் எனது மனைவி ஆக்னஸும் உள்ளிருந்து வெளியே வந்தார்கள்.

"எப்பா... முடியலப்பா இந்த அம்மே இருக்கே அழுவுறங்குற பேருல அது சொல்றதெல்லாங் கேட்டா சிரிச்சு தொலைச்சிருவமோன்னு பயமா இருக்கு... யாரு உள்ள வந்தாலும் ஏதோ பப்பா தூங்கிட்டு இருக்குற மாறி 'கண்ண தொறந்து பாருங்கய்யா...ன்னு' சொல்லிட்டு கெடக்காக சரி அதாவது பரவாயில்லன்னா... இப்ப கொஞ்ச நேரத்துக்கு முன்னால... 'ஏன்! ராசா படுக்கையில உளுந்தாலும்

ஒரு செரமமும் எனக்கு நீங்க வைக்கயிலயே... ஆடு புளுக்க போடுற மாதிரில போடுவீக...ன்னு' கொஞ்சம் கூட ஒரு இதே இல்லாம சொல்லி அழுவுறாக..." எனச் சொல்லிவிட்டு சிரித்தாள்.

அவளோடு அக்காளும் சேர்ந்து கொண்டாள். "நடு வீட்ல பப்பாவை வச்சுக்கிட்டு காப்பித்தண்ணிய குடி... பழத்த திண்ணுன்னு ஒரே விருந்தோம்பல் வேற..."

அப்போது வெளியே வந்த அம்மா ஜெனிட்டா... "ஏய்! புள்ளையளா... இங்க வந்து நின்னு என்ன கத அடிச்சிட்டு நிக்கிறீங்க... கொஞ்சமாவது இருக்கா உங்களுக்கு..?"

"எம்மா! நீ சும்மா இரு... அம்மே அடிக்கிற கூத்தப்பாத்தா யாருக்கும் சிரிப்பு தான் வரும்... நீ எப்படித்தான் அவுக கூட சேந்து அழுது வடியிறியோ?"

"உங்களுக்கெல்லா(ம்) பப்பா மேல ஒரு பாசமே கெடையாதாயே? ஒரு மனுசி அழுதுக்கிட்டே இருக்க முடியுமா? அதான் தன்னோட ஆத்தாமைய அவுக அப்படி தனிச்சுகிடுறாக அது உங்களுக்கு கேலியா போச்சு இல்ல? அதுமட்டும் இல்ல புள்ளயளா எறந்தது பப்பான்னாலும் அழுவுற எல்லாரும் அவுக அவுக துக்கத்தை நெனைச்சு தான் ஆத்திக்கிடுதோம்... மனசு விட்டு அழுவுறதுங்கிறது ஒரு ஆறுதல் தானத்தா... எனக்கெல்லாம் நீங்க சின்னஞ் சிறுசுகளா இருக்கும்போது திடுதிப்புன்னு உங்கப்பாவை இப்படி கொண்டாந்து கெடத்துனது தான் ஞாபகத்துக்கு வருது... அதுக்கு பொறவு நாம்பட்ட பாடு தெரியுமா உங்களுக்கு? அப்பயெல்லா(ம்) இந்த மனுசன் தானே நமக்கு எல்லாமா நின்னாரு... என்ன பெத்தவரு செய்ய வேண்டியத அந்த எடுத்துல இருந்து பாத்துக்கிட்டது பப்பா தான... அதை எப்படி நா மறப்பேன்..." எனச் சொல்லி மீண்டும் விசும்பினாள்.

ஒரு சில நொடிகளில் தன்னைத் தானே தேற்றிக்கொண்டவள்..."சரி வாங்க புள்ளையளா.. உள்ள மறுபடியும் செவத்த ஆரம்பிக்க போறாங்க" என சொல்லி

அக்காளையும் ஆக்னஸையும் மீண்டும் உள்ளே அழைத்துச் சென்றாள்.

வெளியில் அமர்ந்திருப்பவர்கள் பப்பாவைப் பற்றிய தங்கள் நினைவுகளை அசைப்போட்டுக் கொண்டு இருந்தார்கள். அவ்வப்போது ஆட்கள் வருவதும் ஆங்காங்கே அமர்ந்து பேசுவதுமாய் இருந்தார்கள். உள்ளே தொடர்ந்து பெண்கள் ஜெபித்துக்கொண்டும் அவ்வப்போது அழுகுரல் எழுப்பிக்கொண்டும் இருந்தார்கள். ஆண்களில் சிலர் அவரவர்க்கான நபர்களோடு சென்று குடித்துவிட்டு வந்து அமர்ந்து கொண்டனர். இடையில் நானும் என் அக்கா மாப்பிள்ளையுடன் சென்று ஆளுக்கு ரெண்டு பீர் குடித்துவிட்டு வந்தோம். பிள்ளைகள் தம் வயதொத்தவர்களுடன் வீட்டைச் சுற்றி விளையாடிக்கொண்டிருந்தனர்.

ஒருவழியாய் மணி மூணு ஆகியவுடன் பங்குத்தந்தைக்கு தகவல் சொல்லிவிடப்பட்டு அவரும் வந்து சேர்ந்தார். நடுக்கூடத்தில் இருந்த பப்பாவைக் குளிர்சாதனப்பெட்டியில் இருந்து எடுத்து வீட்டு முற்றத்தில் போடப்பட்டு இருந்த பெஞ்சின் மீது அலங்கரிக்கப்பட்ட மரத்தாலான மையப்பெட்டிக்குள் வைத்துக் கிடத்தினர். பெண்கள் கூட்டம் அவரைச் சுற்றி நின்று பெருங்குரலெடுத்து அழத்துவங்கியது. சில நிமிடங்களில் அவர்களை அமைதிப்படுத்தி விட்டு பங்குச்சாமியார் செபம் செய்யத்துவங்கினார். அது முடிந்தவுடன் பப்பாவைத் தூக்கிக்கொண்டு கோயிலுக்கு செல்லும் முன் உறவுகள் கூடி அம்மேக்கு கச்சைப் போட்டார்கள். கச்சை என்பது ஆடைகள். இனி பப்பாவுக்கு பின் அவள் உடுத்த வேண்டிய ஆடைகளை ஊரும் உறவும் கூடிக்கொடுத்தது. அது ஒரு பெரும் துயரம்! அறுபத்தி ஐந்து ஆண்டுகளுக்கும் மேலான தாம்பத்திய பெருவாழ்வை இணைந்து நடத்திய பெருமக்களுக்குக் கூட அந்தச் சடங்கின் மூலம் பெரும் வலியை இழப்பின் துயரத்தை அது கொடுக்கும்... கொடுத்தது.

தன் வாழ்நாளின் பெரும்பகுதியில் பங்கெடுத்தவனின் இறுதிப் பயணத்தில் பங்கேற்க அம்மைக்கு அனுமதி மறுக்கப்பட்டது. அதுவரை சூழ்ந்த இழப்பின் பாரம் மேலும் அவளை இறுக்கியது. அவள் முன்னிலும் அதிகமாக பெருங்குரலெடுத்து இப்போது அழத்துவங்கியிருந்தாள்... அவளது கண்ணீரைத் துடைக்கும் கரங்கள் இறுக்க கட்டப்பட்டு இருந்தது!

அவருக்காக தோண்டப்பட்ட குழியில் பெட்டியோடு இறக்கப்பட்டார். அவரது இறுதி காரியங்கள் நிறைவேறிற்று. அவரது குழி மூடப்பட்டு மண்குவியலாய்க் குவிக்கப்பட்டது.

"இன்னையில இருந்து மூணாம் நாளு துக்கம் களையிறாங்களாம்... எல்லாரும் வீட்டுக்போயிட்டு போவனுமாம்... புள்ளையளும், பேரப்புள்ளையளும், சொக்கார மாரும் கேட்டுக்கிட்டாவ.... ஐயா மாரு சுருட்டும் வெத்தலையும் எடுத்துக்கோங்க..." என இறுதி அறிவிப்பை வெட்டியான் கொடுத்தார்.

மெல்லமெல்ல ஒவ்வொருவராய் களைந்து செல்லத் துவங்கினர். நான் அவரது கல்லறையின் தலைப்பக்கமாக நின்றபடி மண்மூடி குவிக்கப்பட்ட குழியின் மீது மாலைகளை அடுக்கி மலர்களைத் தூவி வைத்தேன். எல்லாவற்றையும் முடித்துவிட்டு நான் கிளம்ப எத்தனித்தபோது எதேச்சையாக பப்பாவின் குழிக்கு தலைப்பக்கமாக நடப்பட்டிருந்த குருசை கவனித்தேன்... அதில் பெயர் டெய்சி என்றும் இறந்த தேதி 25.12.1955 என்றும் இருந்தது.

அந்தக் கணத்தை இப்போது நினைத்தாலும்... உடலெல்லாம் புல்லரித்தது! பப்பா வழமையாக மூக்குப்பொடியைத் தன் நாசிக்குள் திணித்துக்கொண்டு அதிர்ந்து ஒருவகை சிலாகிப்போடு தும்மும் சத்தம் அப்போது எனக்குள் கேட்டது... என்னையும் அறியாமல் மீண்டும் பப்பாவின் குழியை மீண்டும் பார்த்தேன்.... சிறிய புன்னகையுடன்!

◇◆◇

02 அல்பெர்ட்டாசிஸ்டர்!

'மதர்தெரஸாவைப் பற்றி தெரியுமா?' என சிறுவயதில் யாரேனும் என்னைக் கேட்டால் நான் மிக இயல்பாக 'நல்லா தெரியுமே! நான் அவர்களிடம் தானே படித்தேன்..'என சொல்வதுண்டு. அதற்குக் காரணம் அல்பெர்ட்டா சிஸ்டர்! ஆம் என்னைப் பொறுத்தவரை அன்பின் உருவமென்றால் அவர்தான். எனது சிறுவயதில் வெகுநாட்களாக நான் அப்படித்தான் அவரை நம்பிக்கொண்டிருந்தேன். தூத்துக்குடி நகரின் மையத்தில் அமைந்திருக்கும் பெண்களுக்கான ஆங்கிலோ - இந்தியன் பள்ளிதான் ஹோலி கிராஸ் பள்ளி. ஒரு நூற்றாண்டுக்கும் முன்பே பெண் குழந்தைகளுக்காக பிரத்யேகமாக திருச்சிலுவை சகோதரிகளால் அருட்பணியாளர் கௌசானல் வழிகாட்டுதலோடு துவங்கப்பட்ட பள்ளி அது.

நாங்கள் படித்தகாலத்தில் இரண்டாம் வகுப்பு வரை ஆண் குழந்தைகளும் அங்கே அனுமதிக்கப்பட்டு வந்தனர். அப்படி எனது முதல் வகுப்பு ஆசிரியைதான் அல்பெர்ட்டா சிஸ்டர்! அவர் பிறப்பால் ஒரு ஆங்கிலோ - இந்தியர். வெள்ளை அங்கியும், தலைப்பும் அணிந்திருப்பார். ஒரு சிறிய மூக்குக்கண்ணாடியும்.. எப்போதும் ஒரு சிறு ஆரஞ்சு வண்ணக்குடையும் வைத்திருப்பார். நான்கரை அடி மட்டுமே கொண்ட மிகச்சிறிய உருவமென்றாலும் அன்பின் வடிவமவர். நுனிநாக்கில் எப்போதும் ஆங்கிலம்தான் ஆனாலும் முயற்சித்து அவ்வப்போது கொஞ்சம் தமிழும்பேசுவார்.

அவரது வகுப்புகள் எப்போதும் ஒரு குட்டி செபத்தோடு தான் துவங்கும். அதில் உலகமாந்தர் அனைவருக்கும் அன்பின் அருள்பகிரப்பட்டிருக்கும் அந்த மிகச்சிறிய உருவத்தில் இருந்துவெளிப்படும் அந்தக்குரல் அத்தனைகம்பீரமானது. எதையும் அழுத்தம் திருத்தமாக பேசக்கூடியவர். அன்பிற்கு இணையாகக் கண்டிப்பும் அவரிடம் இருக்கும். எல்லா குழந்தைகளும் அவருக்கு பசியாறி இருக்கவேண்டும். எத்தனை அடம்பிடித்தாலும் அவர் எந்தக் குழந்தையையும் உண்ணவைத்துவிடுவார். பிள்ளையைப் பெற்றவர்களே சமயத்தில் அசந்துபோவார்கள்.

அவருக்கென்று யாதொரு குடும்பமும் தனித்து இல்லை. அவரது மாணவ-மாணவியர்தான் அவரது பிள்ளைகள் உலகம் எல்லாம். அந்தப்பள்ளியின் உள்ளேயே திருச்சிலுவை சகோதரிகளுக்கான மடமும் இருந்தது. அதில் தான் தன் வாழ்நாள் முழுவதையும் அவர் கழித்தார். அவரிடம் ஒரு அழகான வழக்கம் இருந்தது... அதை தன் பிள்ளைகளிடமும் அவர் படரச்செய்தார். அதாவது எந்த ஒரு செயலையும் அல்லது பொருளையும் நாம் நேசிப்பதாக சொல்லச் சொல்வார்.

நாம் உணவருந்த அமர்ந்துவிட்டால். "ஐ லவ் திஸ் மீல் (நான் இந்த உணவை விரும்புகிறேன்..)" என சொல்லச் சொல்வார். ஒருவர் நன்றாக எழுதிவிட்டால்.. 'ஐ லவ் யுவர் ஹேண்ட்ரைட்டிங் (உனது கையெழுத்தை நாங்கள் விரும்புகிறோம்)' என மற்றவர்கள் சொல்ல வேண்டும். எனக்கு நன்றாக நினைவு இருக்கிறது ஒருமுறை உடற்கல்வி வகுப்பின் போது நாங்கள் அல்பெர்ட்டா சிஸ்டர் மேற்பார்வையில் பூங்காவில் விளையாடிக்கொண்டிருந்தோம். அப்போது அங்கு ஒரு அழகான வண்ணத்துப்பூச்சியொன்று ஒரு செம்பருத்திமலர் மீது அமர்ந்திருந்தது. நாங்கள் அந்த வண்ணத்துப்பூச்சியின் அழகைக்கண்டு அதைப்பிடிக்க முயற்சித்துக்கொண்டிருந்தோம். அப்போது இதனைக் கவனித்தவர் எங்களை நோக்கி. "சில்ரன்... வாட் இஸ் கோயிங் தேர்? (குழந்தைகளே! அங்கே என்ன நடக்கிறது)" எனக் கேட்டார்.

நாங்கள் எங்கள் வீரபிரதாபங்களைச் சொல்லும்விதமாக அவ்வண்ணத்துப் பூச்சியைப் பிடிக்க முயற்சிக்கிறோம் என்றோம். அவர் சிரித்துக் கொண்டே "வாட் இஸ் தட் (அது என்ன?)" எனக் கேட்டார்.

"பட்டர்ப்ளை (வண்ணத்துப்பூச்சி).." என்றோம் கோரஸாக

"டூ யூ லவ் இட் (நீங்கள் அதை நேசிக்கிறீர்களா?)" எனக் கேட்டார்.

"யெஸ் வீ லவ் இட் (ஆம்! அதை நாங்கள் நேசிக்கிறோம்)" என்றோம்.

"ஒகே.. ஸீ ஆல் ஆப்யூ... வாட் இஸ் தி பட்டர்ப்ளை டூயிங் (சரி... எல்லோரும் பாருங்கள்... அந்த வண்ணத்துப்பூச்சி என்ன செய்கிறது?)" எனக்கேட்டார்.

"சிட்டிங் ஆன் தி ப்ளவர் (பூவின் மீது அமர்ந்துள்ளது)" என்றோம்

"நோ.. இட் இஸ் சேயிங் இட்ஸ் லவ் டூ த ப்ளவர்... (இல்லை.. அது தன் நேசத்தை அப்பூவிடம் சொல்லிக்கொண்டு இருக்கிறது)"

"ஓ..."

"சீ... தேர் இஸ் எ வே டூ சே யுவர் லவ்... ஈவன் பார் த சேக் ஆப் லவ் யூ காண்ட் ஹெர்ட் அதர்ஸ்..யூ ஹேவ் டூ லேர்ன் இட் ப்ரம் திஸ் பட்டர்ப்ளை (பாருங்கள்... அன்பென்றாலும் அதை சொல்லுவதற்கென ஒரு வழிமுறையுண்டு... அன்பின் பொருட்டும் நீங்கள் சக உயிரைக் காயப்படுத்திடக்கூடாது... அதை இந்த வண்ணத்துப்பூச்சியிடம் இருந்து கற்றுக்கொள்ளுங்கள்)"

இப்படி எல்லாவற்றிடமும் நமது அன்பை வெளிப்படுத்த அவர் எங்களுக்குக் கற்றுக்கொடுத்து இருந்தார். அவர் எல்லா குழந்தைகளிடமும் அன்பாகத்தான் இருப்பார் ஆனால் என்மீது அவர் இன்னமும் கூடுதல் அன்பாக இருந்தார்.

நான் அவரிடம் படித்து முடித்த பிறகும் ஒவ்வொரு ஆண்டும் முழு ஆண்டுத் தேர்வுக்கு முன் அவரைப்பார்த்து ஆசிகள் பெறும் வழக்கத்தைக் கொண்டிருந்தேன். அந்தப்பள்ளியில் இருந்து மாறியபிறகும் அந்தப்பழக்கம் தொடர்ந்தது. எனது அம்மாவுடனோ அல்லது ஆச்சியுடனோ நான் சென்று அவரைப் பார்த்துவருவேன்.

அப்படிப் பார்க்கப்போகும் போதெல்லாம் அவர் எனக்கு கொஞ்சம் புளிப்புமிட்டாய்களும், மேரிபிஸ்கட்டும் அதனோடு ஒருபேனாவோ அல்லது செபமாலையோ தருவார். அப்படி பத்தாம் வகுப்புத்தேர்வுக்கு முன்னால் ஒருமுறை அவரைப் பார்க்கப்போயிருந்தேன். மிகவும் தள்ளாட்டமாய் முதுமையின் விளிம்பில் இருந்தார். பார்வையும் அவ்வளவாய் இல்லை ஆனாலும் என்னை அடையாளம் கண்டுகொண்டார். தன் கரங்களால் என் தலையை வருடியவர்.. "யு ஆர் நவ் சச் ஆ பிக் மேன்... (இப்ப நீ பெரிய ஆளாகிவிட்டாய்)" எனச் சொல்லி எனை உச்சிமுகர்ந்தவர் "யு ஹேவ் டூ பி மச் ரெஸ்பான்சிபிள்... நவ் அ டேய்ஸ் கம்ப்யூட்டர் சயின்ஸ் ஹேவ் குட் ஸ்கோப்... யூ பெட்டர் சூஸ் இட். யூவில் ஹேவ் எ குட்பியூச்சர்! காட்பிளஸ்யூ (இனி நீ முன்னிலும் பொறுப்பாக இருக்க வேண்டும்.. தற்போதைய காலத்தில் கணினி அறிவியலுக்கு தான் நல்ல எதிர்காலம் இருக்கிறது.... நீ அதையே தேர்வு செய் உனக்கு நல்ல எதிர்காலம் இருக்கும். கடவுள் உன்னை ஆசிர்வதிப்பாராக!)" எனக்கு ஆச்சரியமாக இருந்தது. அவர் மூப்பின் காரணமாக தன் ஆசிரியைப் பணியை விட்டு ஏறத்தாழ ஏழு எட்டு ஆண்டுகள் ஆகியிருந்தது. இத்தனை ஆண்டுகளில் மிகச்சொற்ப அத்தியாவசிய தேவைகளைத் தாண்டி அவருக்கு எல்லாமே இந்த மடத்திற்குள்தான். வெளி உலகோ அல்லது வேறுதொடர்பு சாதனங்களோ எதுவும் அவரிடம் பெரிதாக இல்லை. ஆனாலும் இந்தத் தள்ளாத நிலையிலும் அவர் எப்படி இக்காலத்தை நன்கு உணர்ந்தவராய் இருக்கிறார் என நான் வியந்தேன். ஆம்! அவர் எல்லா காலங்களிலும் எனக்குப் பெரும் வியப்புக்கு உரியவர்தான்.

எங்கோ ஒரு ஆங்கிலோ - இந்திய பெற்றவருக்கு பிறந்து தன் குடம்பத்தைத் துறந்து இப்படி ஒரு துறவறத்தை ஏற்றுக் கொண்டு தன் வாழ்நாளில் பெரும்பகுதியைக் குழந்தைகளோடு குழந்தைகளாக அன்பை சொறிந்து தன் தள்ளாத வயதிலும் நான்கு சுவர்களுக்குள் தன் புலன்களை முடக்கிக்கொண்டு எப்போதும் பிறருக்காக பிரார்த்தனை செய்யும் மனதைக் கொண்டிருப்பது என்பதோ அல்லது இப்படி ஒரு வாழ்வை வாழ்வதோ எத்தனைக் கடினம்? இயல்பான மனிதவாழ்வின் எல்லா இன்பங்களையும் துறந்த பின்னாலும் எப்படி இவரால் இத்தனை வாஞ்சையோடு சகமனிதர்களிடம் உறவாட முடிகிறது? என நான் பலமுறை வியந்ததுண்டு. வாழ்வென்ற அற்புதத்தை இப்படியும் உன்னதமாய் எதிர்கொள்ள முடியும் என வாழ்ந்து காட்டிய அன்பின் பேரதிசயமவர்!

இதோ இப்போதும் நான் அவரைக் காணத்தான் வந்திருக்கிறேன். நல்ல மரங்கள் அடர்ந்த பசுமையான சூழலில் மிக நேர்த்தியாக வரிசையில் நடப்பட்டு இருந்தன குருசுகள். அந்தக் கல்லறைத் தோட்டம் மிக நன்றாக பராமரிக்கப்பட்டிருந்தது. அது ஒரு கல்லறைத்திருநாள் ஆதலால். அவரவர் உறவினர் கல்லறைகளுக்கு நினைவஞ்சலி செலுத்த குடும்பங்களுடன் வந்திருந்தனர். ஒவ்வொரு கல்லறைகளுக்கும் முன்பாக பூமாலைகள் போடப்பட்டும்... பூக்கள் தூவப்பட்டும் இருந்தன. சிலர் மெழுகுவர்த்திகளையும், வாசனை ஊதுபத்திகளையும் கல்லறைகளில் ஏற்றியிருந்தனர். கல்லறைத் தோட்டம் தன் வழக்கமான அமைதியை இழந்து இருந்தது... ஆனாலும் அது ஒரு புதியஇயல்பாக இருந்தது.

நானும் அல்பெர்ட்டா சிஸ்டரின் கல்லறைக்கு முன் முழங்காலிட்டு அமர்ந்திருந்தேன். இப்போதெல்லாம் ஆண்டுக்கொருமுறை கல்லறைத் திருநாளில்தான் அவரை வந்துகாண்கிறேன். பழைய நினைவுகள் நிழலாடிக் கொண்டிருந்தது. சிஸ்டருக்கு அடுத்ததாக புதைக்கப்பட்டிருந்தவரின் கல்லறைக்கு ஒரு ஆங்கிலோ-இந்தியன் தம்பதிகள் தங்கள் மகளை அழைத்து வந்திருந்தார்கள். அந்தச் சுட்டிப்பெண் ஒரு இடத்தில் நில்லாமல் அங்கும் இங்கும் ஓடிக்கொண்டு இருந்தது.

மரணம், கல்லறை போன்ற எந்தவிதமனித அச்சங்களும் படிந்திடாத உன்னதமான குழந்தைத் தன்மையோடு அவள் அங்கே சிறகடித்துக் கொண்டிருந்தாள். அவள் அவ்வப்போது என்னையும் பார்த்து சிரித்துக்கொண்டாள்.

அவளது பெற்றோர் அவளை ஏதேதோ சொல்லிமிரட்டி உட்காரச் செய்துவிட முயற்சித்துக் கொண்டிருந்தார்கள். ஆனால் அவர்களுக்கு அவள் வசப்படவில்லை! அவள் அவளாகச் சுற்றிக் கொண்டிருந்தாள். அந்த இடமெங்கும் பரவிக்கிடந்த ஒருவித இறுக்கம் நிறைந்த சூழலை அவளால்,மிக இலகுவாக கலைத்துப் போட்டுவிட முடிந்தது. எங்களைச் சுற்றி இருந்த பலரின் கண்களும் அக்குழந்தையினைக் கண்டு கொஞ்சம் ஆசுவாசப்பட்டுக் கொண்டதைக் காணமுடிந்தது. நான் அந்தக்குழந்தையை என்கையசைத்து என் பக்கத்தில் வருமாறு அழைத்தேன்... என்னருகில் வந்தவளிடம் என்பையில் இருந்து ஒரு மிட்டாயை எடுத்து நீட்டினேன்...

அவள் தன் பெற்றோரை ஏறிட்டுப் பார்த்தாள்... அவர்கள் புன்முறுவல் பூத்தபடி அவளை வாங்கி கொள்ளச் சொல்லி அனுமதியளித்தார்கள். அவள் "தாங்க்யூ அங்கிள்..." என அதனைப் பெற்றுக்கொண்டவள் ஒருகணம் நிதானித்து என்கன்னத்தில் முத்தமிட்டுவிட்டு அவளது அம்மாவிடம் ஓடிவிட்டாள்.சற்று நேரத்தில் அவர்கள் அங்கிருந்து கிளம்பினார்கள்...

ஏதோ கேட்கத் தோன்றியவனாய் நான் அக்குழந்தையைப் பார்த்து... "உங்க பேர் என்ன?" எனக்கேட்டேன்.

"அல்பெர்ட்டா..." எனச் சொல்லியபடி அவள் எனக்கு கையசைத்துக் கொண்டே அவர்களோடு செல்லத்துவங்கினாள்.

ஒரு கணம் என் உடலெங்கும் புல்லரித்துப்போய் சிஸ்டரின் கல்லறையைப் பார்த்தேன்... அப்போது நான் சிஸ்டரின் கல்லறையின் மேல் தூவியிருந்த மலர்களின் மீது ஒரு வண்ணத்துப்பூச்சி அமர்ந்திருந்தது!

◇◆◇

03 கிறிஸ்டோபர் அண்ணன்

அப்படி ஒரு நிலையில் கிறிஸ்டோபர் அண்ணனை பார்க்க நேரிடும் என நான் கனவிலும் எண்ணியிருக்கவில்லை.காலை நேரத்து பரபரப்பில் நகரமே ஓடிக்கொண்டிருந்தது. நானும் என் அலுவலகம் செல்லும் அவசரத்தில் இருசக்கர வாகனத்தில் விரைந்து கொண்டிருக்கும் போது தான் தற்செயலாக அந்த கூட்டத்தை கவனித்தேன். அடிப்பட்ட இரத்த காயங்களோடு சட்டை கிழிந்து புழுதி படிந்த அந்த நெடிய உருவம் கூட்டத்தின் நடுவே நின்றுகொண்டிருந்தது... ஆம்! கிறிஸ்டோபர் அண்ணன் தான் அது. நொடிப்பொழுதில் நான் அவரை அடையாளம் கண்டுகொண்டேன்... அதுசரி! மறக்க கூடிய மனிதரா அவர்?

அவரைச் சுற்றித்தான் கூட்டம் கூடியிருந்தது.என் வாகனத்தை சட்டென திருப்பி கூட்டத்தின் ஓரமாக நிறுத்திவிட்டு வேகமாக அவரை நோக்கி முன்னேறினேன். அவர் தன் கைகளை நீட்டி புழுதி படிந்த தன் சட்டையை தட்டியவாறு “விடுங்க ஒண்ணுமில்ல... நான் பாத்துகிறேன்...” என வலியின் முனகலோடு கூட்டத்தை கலைக்க முயற்சித்து கொண்டிருந்தார்.

“ஏம்பா..மூக்குல இருந்து இரத்தம் வருதுப்பா... யாராவது தண்ணி வாங்கி கொடுங்கப்பா...” அவரருகே நின்றவன் கத்திக்கொண்டிருந்தான்.

“அதெல்லாம் ஒண்ணுமில்ல... விடுங்க” என சொல்லியபடி தன் மூக்கில் வழிந்த இரத்ததை தன் சட்டை நுனியால் துடைத்துக்கொண்டார்.

“அதான் பாதாள சாக்கடைக்கு ரோட்டை தோண்டி போட்டு இருக்கானுவளே நீ இப்படி கண்ணு மண்ணு தெரியாம குடிச்சிட்டு வந்து அதுமேல உன் சைக்கிளை விட்டு மோதி இரத்த கோரையா நிக்கிறியே... இது தேவையா?” எனச் சொல்லியபடி கீழே முன்வீல் நெளிந்து கிடந்த கிறிஸ்டோபர் அண்ணனின் சைக்கிளை அந்தப் பெரியவர் தூக்கி நிறுத்தி வைக்க முயற்சித்தார்.

அதற்குள் கூட்டத்தை விலக்கியபடி நான் அவர் அருகே சென்றேன் “என்னண்ணே இது?...” என அவரைப் பார்த்துக் கேட்டபடி “வெலகுங்கப்பா... எனக்கு தெரிஞ்சவர் தான்... நான் பாத்துக்கிறேன்... அண்ணாச்சி அந்த சைக்கிள ஓரமா மரத்துல சாச்சு வைங்க.. நான் பெறவு எடுத்துக்கிறேன்...” எனக் கூட்டத்தை கலைத்தவாறு அவரைக் கைதாங்கலாக அங்கிருந்து அழைத்துக்கொண்டு பக்கத்தில் இருந்த டீக்கடைக்குச் சென்றேன்.

“தம்பி... நீங்க...”

“என்னைய தெரியலைய்யாண்ணே... வின்செண்ட் பப்பா பேரன்... ராணிக்கா மகன் அலெக்ஸ்...”

“ஏய்..தம்பி அடையாளமே தெரியலைய்யா... பெரிய ஆளா ஆயிட்டீங்க... மேரேஜ் ஆயிடுச்சா? ஹவ் இஸ் யுவர் மம்?”

“அதெல்லாம் இருக்கட்டும்... நீங்க ஏண்ணே இப்படி இருக்கீங்க? முதல்ல ஒரு டீ சாப்பிடுங்க...” எனச் சொல்லிவிட்டு கடைக்காரரை நோக்கி இரண்டு டீ போடுங்க எனச் சத்தம் கொடுத்தேன்.

“தம்பி.. நோ தாங்க்ஸ்... ஜஸ்ட் அ சிகிரெட்... கோல்ட் பில்டர் வில் டூ குட்...”

எனக்கு நன்றாக நினைவு இருந்தது அவர் எப்போதும் கோல்ட் பில்டர் தான் பிடிப்பார். அவர் சிகிரெட் புகைக்கும் விதமே அத்தனை ரசனையாக இருக்கும். விரல்களின் இடுக்குகளில் அவர் சிகிரெட்டைப் பிடிக்கும் விதம் சொடக்கு போடுவது போல் சுண்டியபடி சிகிரெட் துகிளை அவர் தட்டும் விதம் என எல்லாம் என் கண்முன் வந்து போனது. அவர்தன் சைக்கிள் கேரியரில் கைவத்தபடி கால்களைக் குறுக்கே

போட்டு நின்றுகொண்டு சிகிரெட் பிடிக்கும் அந்த நாளைய சித்திரம் தான் அப்போது என் நினைவுகளில் தோன்றி மறைந்தது.

“இப்பவும் கோல்ட் பில்டர் தான் என்னண்ணே?” எனக் கேட்டபடி ஒரு சிகிரெட்டை வாங்கி அவரிடம் நீட்டினேன். இருபது ஆண்டுகளுக்கு முன்னால் பார்த்த அதே தோரணையில் அதே இலாவகத்தோடு அந்த நிலையிலும் சிகிரெட்டைப் புகைத்தார். எப்போதும் போல் நான் என்னை மறந்து அவரை ரசித்து நின்றேன்... ‘அண்ணே மூக்கு வழியா பொகை விட்டு காட்டு...’ எனக் கேட்டு அதிசயித்த அதே சிறுவயது அலெக்ஸாக! அவரும் தன் வலி மறந்து புகை வலித்து மூக்கின் வெளியே புகையை விட்டபடி இருந்தார்.

“உங்களை நான் இந்த நெலமைல பாப்பேன்னு நெனைச்சு கூட பாக்கலண்ணே...” என்றபடி அவரிடம் டீ கிளாஸை நீட்டினேன். அவர் பதிலேதும் சொல்லாமல் டீயை வாங்கிக் குடித்தார். அவரது மௌனத்துக்குப் பின்னால் பழைய நினைவுகளில் அவரும் அலைக்கழிக்கப்படுவதை என்னால் உணர முடிந்தது. டீயைக் குடித்துவிட்டு கிளாஸை நீட்டியவரிடம் அதனை வாங்கி டீக்கடைக்குக் காசைக் கொடுத்துவிட்டு ஒரு தண்ணீர் பாட்டில் வாங்கி அவரை முகம் கழுவச் சொல்லி கொடுத்தேன்.

அவரது எல்லா செயல்களிலும் ஒரு நேர்த்தி இருக்கும். அதுவரை புழுதி படிந்து இரத்தக்கறைகள் திட்டுத்திட்டாக வழிந்தபடி கந்தல் மனிதராய் இருந்தவர் அந்த ஒரு பாட்டில் தண்ணியில் புத்துயிர் பெற்றவரைப்போல் மாறியிருந்தார். நீருக்கு எல்லாவற்றையும் துடைத்தெறியும் ஆற்றல் உண்டெனினும்; அப்போது அது நீரின் ஆற்றலால் மட்டும் சாத்தியமாகவில்லை. அதுதான் கிறிஸ்டோபர் அண்ணனின் தனிச்சிறப்பு. எது ஒன்றையும் மிக நுட்பமாக பயன்படுத்தும் ஆற்றல் பெற்றவர். வல்லவனுக்கு புல்லும் ஆயுதம் என்பார்களே!- அவர் அப்படி ஒரு பேர்வழி. தன் வலக்கையில் கடைசியாக அவர் எடுத்துக்கொண்ட நீரை தன் தலை முடியில் தெளித்துவிட்டு தன் கைவிரல்களால் அதனை எந்த உபகரணங்களும் இன்றி நேர்படுத்திக்கொண்டார்.

தன் முழுக்கைச் சட்டையின் கைகளை மடித்துவிட்டபடி கைப்பக்கம் கிழிந்து இருந்த பகுதிகளை இலாவகமாக அதன் மடிப்புகளில் மறைத்துக்கொண்டார் மிகச்சில நொடிகளில் தன் சட்டையை நேர்த்தியாக பேண்டிற்குள் டக்-இன் செய்து எஞ்சிய கிழிந்த பகுதிகளையும் மறைத்துக் கொண்டார்.

அந்த மெலிந்த நெடிய உருவத்தின் மீது அனுமதியின்றி படர்ந்திருந்த முதுமையின் சாயல்களைத் தன் உடல்மொழியால் உதறிவிட்டபடி கொஞ்சம் நேரத்துக்கு முன்னால் அடிபட்டு இரத்தக்கறைகளோடு மனிதக்கூட்டம் வேடிக்கைப் பார்க்க நின்ற மனிதரா இவர்? என நினைக்கும் அளவுக்கு மிகச்சில நிமிடங்களில் உருமாறி இருந்தார்.

முன்வீல் வளைந்து மரத்தின் ஓரமாக நிறுத்திவைக்கப்பட்டிருந்த தன் சைக்கிளை நெருங்கியவர், அதனைக் கீழே படுக்கப்போட்டபடி அருகில் கிடந்த சற்றே பெரிய சப்பட்டையான ஒரு கருங்கல்லை எடுத்து தன் மூன்வீலுக்கு கீழே முட்டுக்கொடுத்தபடி அதனை ஒரு சுற்று சுற்றி விட்டார். எதையோ யோசித்தபடி என்னை நோக்கித் திரும்பியவர்.."தம்பி டை ங்லையா வந்தீங்க?" எனக் கேட்டார்.

"ஆமண்ணே! சைக்கிள் இங்க இருக்கட்டும் நாம பெறவு எடுத்துக்கலாம் நீங்க இப்ப எங்கூட வாங்க நான் உங்கள வீட்டுல விட்டுற்றேன்..."

"அதெல்லாம் வேண்டாம் தம்பி! உங்க பைக்கில டூல்ஸ் கிட் இருந்தா கொஞ்சம் எடுத்துக் கொடுங்களேன்..."

எனக்குத் தெரியும் அவரை என்னால் வற்புறுத்தி அழைத்துச் செல்ல முடியாது என்று. ஆதலால் மேற்கொண்டு பேச்சை வளர்க்காமல் நான் விரைந்து சென்று என் வண்டியில் இருந்து டூல்ஸ் கிட்டை எடுத்து வந்து அவரிடம் நீட்டினேன். அதிலிருந்து ஒரு ஸ்பானரையும், ஸ்கூரு செய்வதற்கு பிடிப்பானாக இரும்பில் கொடுக்கப்பட்டிருந்த கம்பியையும் கொண்டு இலாவகமாக தட்டியபடி அந்த நெளிவுகளைச் சரிசெய்தார். சைக்கிளைத் தூக்கி நிறுத்தி முன்வீலை

தன்வலக்கையால் தூக்கி பிடித்தபடி ஒரு சுற்று சுத்தவிட்டு பார்த்தார். எந்த ஓட்டமுமின்றி வீல் நேராகச் சுற்றியது. அதைக்கண்டு திருப்தி அடைந்தவராக தன் சைக்கிள் சீட்டின் கீழ் வைத்திருந்த சிறிய துணியால் சைக்கிளை நன்றாகத் துடைத்து விட்டு அதன் மீது திருப்திகரமான பார்வையை ஓடவிட்டபடி என்னை ஏறிட்டு 'தாங்க்ஸ் பார் யுவர் டைம்லி ஹெல்ப்' என டூல்ஸ் கிட்டை என்னிடம் ஒப்படைத்தார். அந்தக்கருங்கல்லை மரத்தின் ஓரமாக போட்டுவிட்டு தன் சைக்கிளை எடுத்துக்கொண்டார்.

"தென்... தாங்க்ஸ் எ லாட் டியர்... ஹவ் இஸ் லைப் கோயிங்?" ஏதோ எதுவுமே நடக்காதது போல் மிக இயல்பாக என்னைப் பற்றி விசாரிக்கத் துவங்கினார்.

"என்னால நம்பவே முடியலண்ணே! நீங்களா இப்படி பகல்ல குடிச்சிட்டு... கீழவிழுந்து... ஏன் என்ன ஆச்சுண்ணே உங்களுக்கு?"

"நத்திங் மா.. இட் வாஸ் ஜஸ்ட் ஆன் ஆக்ஸிடண்ட்..."

கிறிஸ்டோபர் அண்ணனின் தந்தை கொழும்பில் பிறந்தவர். கிறிஸ்டோபர் அண்ணனும் பத்து வயது வரை அங்கே பிறந்து வளர்ந்தவர் தான். அவருக்கு ஒரு தங்கை ரோஷினி. கிறிஸ்டோபர் அண்ணன் எண்பதுகளின் ஆரம்பத்தில் திருச்சி செயிண்ட் ஜோசப் கல்லூரியில் எம்.ஏ ஆங்கில இலக்கியம் படித்தவர். அவரது பிறப்பும், வளர்ந்த சூழலும், படிப்பும் அவரது பேச்சில் ஆங்கிலத்தை நர்த்தனம் புரியச் செய்யும். அவர் உச்சரிக்கும் ஆங்கிலத்திற்கு ஒரு மிடுக்கு உண்டு. அவர் படிப்பில் மட்டுமல்ல விளையாட்டிலும் கெட்டிக்காரர். அதுவும் கிரிக்கெட்டில் அவர் ரஞ்சி அணிக்கு விளையாடியவர். ஒரு சாயலில் முன்னாள் கிரிக்கெட் வீரர் ரவிசாஸ்திரி போல இருப்பார். நல்ல வளர்ந்த நெடிய உருவம்... வெண்மஞ்சள் நிறம். உச்சிகளற்று வாரப்பட்ட பங்கு கிராப்டக்-இன் செய்யப்பட்ட பேண்ட் சட்டை... நல்ல லெதர் சப்பாத்து அணிந்து எப்போதும் மிக நேர்த்தியாகவே உலா வருவார். அவரிடம் ஒரு ராலி சைக்கிள் இருந்தது. அதைப் புத்தம் புதிதாகத் துடைத்து வைத்திருப்பார். அதில் ஏறி அவர் காம்பவுண்டிற்குள் வரும் போது ஏதோ குதிரையில் வருவது

போல் இருக்கும். கிறிஸ்டோபர் அண்ணன் என்னைப்போன்ற சிறுவர்களுக்கு ஒரு நாயகனைப் போல ஒரு காலத்தில் வலம் வந்தவர்.

என் அம்மா ராணியின் குடும்பமும், கிறிஸ்டோபர் அண்ணனின் குடும்பமும் ஒரே காம்பவுண்டில் வசித்தவர்கள். இரண்டு குடும்பங்களுக்கும் நாற்பது ஆண்டுகளுக்கும் மேலான அறிமுகமும் நட்பும் இருந்தது. கிறிஸ்டோபர் அண்ணனின் அம்மா வழியில் ஒருவகையில் உறவுக்காரர்களும் கூட. அந்தப் பெரிய காம்பவுண்டில் வசித்த பதினாறு குடும்பங்களில் வசதியான குடும்பங்களில் ஒன்று கிறிஸ்டோபர் அண்ணனின் குடும்பம். கொழும்பில் அவர்களுக்கு வணிகம் இருந்தது.அவர்கள் வீட்டார் அவ்வப்போது அங்கே போக்கும் வரத்துமாய் இருப்பார்கள். அப்படிப் போய் வரும் காலங்களில் அவர்கள் தயவில் ராணி சோப்பு, யார்டிலி பவுடர் போன்ற 'மதிப்புமிக்க அரிய' பொருட்கள் எங்கள் வீட்டிற்கு கொடுத்து விடப்படும்.அப்படி ஒரு பிரியமும் நெருக்கமும் இருவீட்டாருக்கும் இருந்தது. எல்லா நல்லதுகளுக்கும் இருவீட்டாரும் ஒருவரை ஒருவர் கலந்து கொள்ளும் வழக்கமும் அக்காலத்தில் கொண்டிருந்தார்கள்.

கிறிஸ்டோபர் அண்ணன் வீட்டில் சொந்தமாக டெக் இருந்தது. அதாவது வீடியோ கேசட்டுகள் போட்டு படம் பார்க்கும் சாதனம் அது. லீவு நாட்களில் அதிலும் குறிப்பாக காலாண்டு, அரையாண்டு, முழு ஆண்டு பரீட்சைகள் முடிந்து விடுமுறையில் இருக்கும் காலத்தில் மதிய நேரங்களில் காம்பவுண்டில் உள்ள பிள்ளைகள் எல்லாம் கிறிஸ்டோபர் அண்ணன் வீட்டு டெக்கில் போடும் படத்தைப் பார்க்க அங்கே கூடி இருப்பார்கள். அப்படி என் சிறுவயதில் ஏராளமான படங்களைக் கிறிஸ்டோபர் அண்ணன் வீட்டில் தான் பார்த்தது உண்டு. கிறிஸ்டோபர் அண்ணன் மட்டும் தான் அதனை இயக்குவார். வேறு யாருக்கும் அதைத் தொடக்கூட அனுமதி இல்லை. கிறிஸ்டோபர் அண்ணன் இல்லாதபோது ரோஷினி அக்கா வந்து இயக்கும் ஆனால் கிறிஸ்டோபர்

அண்ணனைப் போல் அதற்கு அத்தனை இலாவகமாய் இயக்கத் தெரியாது. இப்படியாக என் போன்ற சிறுவர்கள் அந்நாட்களில் வியந்து பார்ப்பதற்கு அவரிடம் ஏராளமான விஷயங்கள் இருந்தது. அப்படிப்பட்டவரைத்தான் நான் அந்தக் கோலத்தில் பார்த்தேன்.

காலத்தின் சுழற்சியில் பிள்ளைகளின் படிப்பு, வேலைக்குச் செல்லவும் புதிய தேவைகளைப் பூர்த்தி செய்து கொள்ளவும் பெரிய விஸ்தாரமான இடம் வசதி எனப் பல காரணிகளை முன்னிட்டு எங்கள் குடும்பம் அந்தக் காம்பவுண்டில் இருந்து வெளியேறி ஏறத்தாழ இருபது வருடங்கள் கடந்து இருந்தது. ஒரே ஊரில் வாழ்ந்தாலும் முந்தைய கால நெருக்கம் என்பது உயரப்பறந்த பட்டம் காற்றின் விசையால் மெல்ல நூல் அறுத்துக் கொள்வதைப்போல அவர்களது தொடர்பும் காலத்தின் விசையால் அறுபட்டு இருந்தது.

எது எப்படியாக இருப்பினும் என்னால் அவர் சொன்னதைப்போல அவரின் அந்தக் கோலத்தை 'ஜஸ்ட் ஆன் ஆக்ஸிடண்டாக..' எடுத்துக்கொள்ள முடியவில்லை. ஆனால் அதேசமயம் அவர் விரும்பாமல் அந்த உரையாடலை மேற்கொண்டு எப்படிக் கொண்டு செல்வது எனவும் அப்போது எனக்குத் தெரியவில்லை. ஏதாவது பண உதவி செய்யலாம் என்றால் அதனை எப்படி எடுத்துக்கொள்வார் என்றும் எனக்குள் ஒருவிதத் தயக்கமாய் இருந்தது. அப்போது அவரே தொடர்ந்தார். "ஏதோ அவசர வேலையா எங்கையோ போயிட்டு இருந்த ஆள் இப்போ எனக்காக இங்க நிக்கிறாப்படியோ... ஐ ஆம் ரியலி ரியலி சாரி.."

"என்னண்ணே இப்படி பேசுறீங்க... உங்களை இப்படி ஒரு நிலையில பாத்திட்டு நாம்பாட்டுக்கு போக முடியுமா? இதைவிட எனக்கு எந்த வேலையும் பெருசு இல்ல... வாங்க வீட்டுக்குப் போலாம்..." என வலுக்கட்டாயமாக அவரைக் கூட்டிக்கொண்டு அவர் வீட்டுக்குச் சென்றேன்.

அதே பெரிய காம்பவுண்ட்... நகரத்தின் மையத்தில் அமைந்திருந்தாலும் காலத்தின் தூரிகை எந்தப்பெரிய மாற்றத்தையும் அங்கே செய்திருக்கவில்லை. அதே நெடிய வரிசையிலான வீடுகள்... வீடுகளுக்கும் அந்தக் காம்பவுண்டை அதனை ஒட்டியிருந்த பெரிய மரக்கடையையும் பிரிக்கும் அந்த பிரம்மாண்டமான மதில் சுவருக்கும் இடையே பத்து அடி இடைவெளி மட்டுமே இருந்தது. அதிலும் வீடுகளின் முன்பாக சின்னச் சின்ன வாகனங்கள் அவரவர் வசதிக்கும் தேவைக்கும் ஏற்ப அவரவர் வீட்டு முற்றத்தில் நிறுத்தி இருந்ததால் காம்பவுண்ட் இன்னமும் குறுகலாய்த் தெரிந்தது. இதில் சில வீடுகளின் முன்பாக முல்லைக் கொடிகளும், சில குரோட்டன்ஸ் செடிகளும் வேறு வளர்ந்து இருந்தது.எல்லாம் எனக்குள் பழைய நினைவுகளை மீட்டியபடி இருந்தது.

கிறிஸ்டோபர் அண்ணனை அழைத்துக்கொண்டு அவரது வீட்டுக்கு வந்து சேர்ந்தேன்.வீடு ஒளியற்று பழைய களை இழந்து இருந்தது. சுவருக்கு வெள்ளையடித்து பலகாலம் ஆகியிருந்ததை அங்காங்கே நுரைக்கல் வெளிக்காட்டியபடி இருந்தது. அதே பழைய மொசைக் தரை ஆனால் அது தன் பழைய வழுவழுப்பை இழந்து இருந்தது. ஆனாலும் வீடு அந்நிலையிலும் மிகச் சுத்தமாக இருந்தது. அதே பழைய சாலிடேர் டி.வியும் அதன் பெரிய கூடும் நடு வீட்டில் அதே கம்பீரத்துடன் இருந்தது.

“ரோஷினிமா யாரு வந்திருக்கா பாரு?” எனக் கிறிஸ்டோபர் அண்ணன் சத்தம் கொடுத்த போது தான் நான் என் சிந்தனைகளில் இருந்து மீண்டேன்.

அவரது குரல் உள்ளே சென்றவுடன் ஏதோ பரபரப்புடன் ரோஷினிக்கா வெளியே வந்தார். ஆனால் என்னைக் கண்டவுடன் சற்று நிதானித்தவர்..“இது...”

“என்னயே... ஆளு தெரியலையாக்கும் நம்ம ராணிக்கா பையன்....அலெக்ஸ்! ஹீ இஸ் நவ் அ பிக் மேன்...”

“ஓ! வாங்கம்மா... வேர் ஹேவ் யூ பீன் லாஸ்ட் நைட்?”

“என்னய்யே... வந்தவங்கள கவனிப்பியா...

அதவிட்டுட்டு என்கிட்ட கதை கேட்க... கோ கெட் ஹிம் சம் டீ... எய்யா கொஞ்சம் அவகிட்ட கதச்சிட்டு இருங்க ஐ வில் பி பேக் இன் மினிட்ஸ்...'' எனச் சொல்லியபடி மாடியில் தன் அறைக்குச் சென்றார்.

ரோஷினி அக்காவுக்கு எதுவும் புரியாமல் விழித்தாள். முந்தையநாள் மாலை ஏதோ வேலையிருப்பதாகச் சொல்லிச் சென்றவர் இன்று காலையில் தான் வந்து நிற்கிறார். அதுவும் இத்தனை ஆண்டுகளுக்கு பின் ராணி அக்காவின் மகனான என்னோடு. இப்படி அவ்வப்போது நடப்பதுண்டு என்றாலும் ரோஷினி அக்காவின் தவிப்பு அவள் மட்டுமே அறிந்தது. ஏனெனில் அவளுக்கு இருக்கும் ஒரு ஆறுதலும் நம்பிக்கையும் அவர் தான்.

“என்னய்யா... நீங்களே பாத்தீங்கள்ள இப்படித்தான்... நேத்து சாயிங்காலம் ஏதோ வேலையா போறேன் சொல்லிட்டு போனாரு... இப்ப நீங்க தான் கூட்டிட்டு வந்திருக்கீங்க என்ன ஆச்சு? அண்ணன் அம்மாவைப் பாக்க வந்தாரா?''

நான் அதிர்ச்சியோடு அவரை அன்று காலையில் பார்த்ததில் இருந்து நடந்ததைக் கவலையோடு விவரித்துவிட்டு... “என்னக்கா... என்ன ஆச்சு அண்ணனுக்கு...? அவர் ஏன் இப்படி ஆயிட்டாரு?''

அவளுக்கு எதைச் சொல்ல எதைவிட என்றே தெரியவில்லை ஆனால் அவளையும் மீறி அவளது வலிகளைக் கொஞ்சம் ஆசுவாசப்படுத்திக் கொள்ள என்னிடம் கொட்டத்துவங்கினாள். அப்பாவின் மறைவு... அவளது கணவனின் இழப்பு. கைம்பெண்ணாய் தான் குழந்தையுடன் மீண்டும் தன் வீட்டுக்கே வந்தது. கிறிஸ்டோபர் அண்ணன் தான் காதலித்து வந்த ஸ்டெல்லாவை தன் எதிர்காலத்தை நினைத்து திருமணம் செய்து கொள்ளாமல்போனது. அன்றிலிருந்து தனக்காகவும் தன் குழந்தைக்காகவும் தன் அண்ணன் வாழத்துவங்கியது... தற்போது தன் அம்மாவின் உடல் நலக்குறைவு. எல்லாவற்றையும் சுமக்கும் அண்ணனுக்கு

எப்போதும் ஆறுதலாய் மாறிப்போன குடிப்பழக்கம் என ஒருவழியாய் முன்னும் பின்னுமாய் தன் பாரத்தை என் முன் இறக்கி வைத்தாள்.

ஸ்டெல்லா அக்கா...

அவளின் வீடும் எங்கள் காம்பவுண்டில் தான் இருந்தது. அவர்களது குடும்பம் ஒரு ஆங்கிலோ - இந்தியன் குடும்பம். அவள் தான் எங்கள் காம்பவுண்டின் பேரழகி. அவள் ஹோலி கிராஸ் ஆங்கிலோ - இந்தியன் பள்ளியில் படித்துவிட்டு செயிண்ட் மேரிஸ் கல்லூரியில் படித்தாள். அவள் பள்ளி செல்லும் காலங்களில் குட்டைப் பாவாடை யூனிபார்மோடு அவள் செல்கையிலும் சரி, பின்னர் கல்லூரிக்கு சல்வார் கமீஸ் அணிந்து செல்லும் போதும் சரி அவளைப் பின் தொடரவே ஒரு கூட்டம் உண்டு. அவளைவிட ஸ்டெல்லாக்கா அம்மா மெடோனாவுக்கும் அப்படி ஒரு ரசிகர் பட்டாளம் உண்டு. அதெல்லாம் தெரிந்தாலும் டொமினிக் அங்கிள் ஒரு ஜாலி பேர்வழி! ஊரோடு சேர்ந்து அவரும் அவரது மனைவி மெடோனாவை சைட் அடித்துக் கேலி செய்வார்.

எல்லா ஞாயிற்றுக் கிழமைகளிலும் அவர்கள் வீட்டில் பார்ட்டியும் கொண்டாட்டமும் தான். அதிலும் கிறுஸ்மஸ் இரவுகள் மறக்கவே முடியாதவை. அவர் சிங்கள பைலா சாங் போட்டு மெடோனா ஆண்ட்டியோடு கெட்ட ஆட்டம் போடுவார். மனதில் கல்மிஷம் இல்லாத ஒரு மனிதர். எத்தனையோ பேர் ஸ்டெல்லா அக்காவைச் சுற்றினாலும் அவளே விரும்பி பிரபோஸ் செய்தது கிறிஸ்டோபர் அண்ணனிடம் தான். அவர்கள் காதலை அறியாதவர் யாரும் இல்லை. இருவீட்டாரும் அவர்களது காதலுக்கு இசைவாகவே இருந்தனர். அப்படிப்பட்டவர்களின் திருமணம் நின்றுபோனது என்பதே இப்போது ரோஷினி அக்கா சொல்லும் போது தான் நானே தெரிந்து கொண்டேன். அவள் இருக்கும் நிலையில் நான் மேற்கொண்டு அதில் ஆராய விரும்பவில்லை. ஆனால் எனக்கு அது ஒரு பெருத்த ஏமாற்றமாகத் தான் இருந்தது. ஏனெனில் அவர்கள் காதலுக்கு நானும் ஒரு தூதுவனாய் இருந்துள்ளேன். கிறிஸ்டோபர்

அண்ணன் சென்னைக்கு போய்விட்டு வரும்போதெல்லாம் ஸ்டெல்லாக்காவுக்கு ஏதாவது வாங்கி வருவார் குறிப்பாக மில்ஸ் ஆன் பூன் புத்தகம்!

ஸ்டெல்லாக்கா மில்ஸ் ஆன் பூன் விரும்பிப் படிப்பார். அட்டைப்படங்களே அத்தனை காதல் ரசம் சொட்டும். ஸ்டெல்லாக்கா அந்தப் புத்தகங்களை வாங்கி விட்டு என் கன்னத்தைக் கிள்ளிச் சிரித்தபடியே கூறும் அந்த 'தாங்க்ஸ் டா.' ஏனோ அப்போது என் நினைவில் வந்து போனது.

எப்படி வாழ்ந்த குடும்பம் இப்படியாகிவிட்டதே என எனது மனம் கலங்கியது. எனது பால்யகாலத்தில் என்னுள் அதிக தாக்கத்தை விதைத்த எனது நாயகனின் நிலை என்னை அதிகம் கலங்கச் செய்தது. அவரைப் பார்த்து தான் நானும் ஆங்கில இலக்கியம் எடுத்துப் படித்தேன்... ஆம்! அதே செயிண்ட் ஜோசப் திருச்சி கல்லூரியில். அவர் தங்கிய நியூ ஹாஸ்டலில் எனக்கும் விடுதி அறை கிடைத்த போது அத்தனை அகமகிழ்ந்து போனவன் நான். இப்படி என் வாழ்வின் பல கட்டங்களில் நான் என்னை அவரோடு ஒப்பிட்டுக் கொண்டே என் வாழ்வின் முக்கிய முடிவுகள் பலவற்றை எடுத்துள்ளேன்.

இதோ இப்போது ஒரு ஷிப்பிங் கம்பெனியில் மேலாளராகப் பணிபுரிந்து வருகிறேன். கைநிறையச் சம்பளம், நிறைவான குடும்ப வாழ்வு என ஓடும் என் வாழ்க்கையின் நிலையாமையை உணர்த்தவா? இந்தச் சந்திப்பு! ஒருமணி நேரத்தில் நடந்து முடிந்த அந்த எதிர்பாராத சந்திப்பால் அந்த நாளின் துவக்கமே முற்றிலுமாக வேறொன்றாய் எனக்கு மாறி விட்டிருந்தது. வாழ்வின் நிலையாமை என்னுள் பேரச்சத்தையும் கவலையையும் பிரசவித்து இருந்தது. மனிதமனம் எத்தனைக் கடிவாளம் போட்டாலும் தன் வாழ்வில் தான் வகிக்கும் பாத்திரத்தில் ஒருபோதும் நிறைவு கொள்வதில்லை. அது எப்போதும் வேறு ஒரு மனிதனின் வாழ்வைக் கண்டு ஒப்பீடு செய்து கொண்டு தன்னளவில் நிறைவற்றவனாகவே கருதச் செய்யும். பல நேரங்களில்...

அப்படியான நமது எண்ணங்களும், ஆசைகளும் எத்தனை வேடிக்கையானது என்பதைக் காலத்தின் ஓட்டத்தில் நமக்கு உணர்த்தும். அப்படி ஒரு கணத்தில் தான் நான் உறைந்து போய் நின்று கொண்டிருந்தேன்.

"என்னய்யா... டீ சாப்டீங்களா?" எனக் கேட்டபடி மாடியிலிருந்து கீழே வந்த கிறிஸ்டோபர் அண்ணன் என் முன் அமர்ந்தார்.

"ஐயோ சாரி! நாந்தான் புள்ளகிட்ட ஏதேதோ பேசிட்டு இருந்துட்டேன்... இதோ எடுத்திட்டு வாரேன்..." என எழுந்தாள் ரோஷினிக்கா.

"திஸ் இஸ் நாட் ஃபேர் ரோஷினிமா... எவ்ளோ நாள் கழிச்சு நம்மள பாக்க வந்திருக்காரு நீ சும்மா கதச்சிட்டு இருந்திருக்க... உனக்கு ஆள் கெடச்சா போதும் புலம்ப ஆரம்பிச்சிருவ.."

"அக்கா... அதெல்லாம் ஒண்ணும் வேண்டாம் நீங்க உக்காருங்க... அண்ணே நாம டீ சாப்பிட்டிட்டு தான வந்தோம்... விடுங்கண்ணே" என ஒருவாறு சொல்லி சமாளித்தபடி சற்று நேரம் அங்கிருந்து அவர்களோடு உரையாடி விட்டு அவர்கள் வீட்டில் இருந்து கிளம்பினேன்.

அவரது வாழ்வின் பக்கங்கள் வலி நிறைந்து இருந்தாலும் அன்பின் உருவமாய் அவர் முன்னிலும் என்னுள் உயர்ந்து இருந்தார். வாழ்க்கை எத்தனை அபூர்வமானது. அதனைச் சக மனிதர்களுக்காக அன்பின் பொருட்டு தியாகம் செய்யும் போது அது உன்னதமாகிப் போகிறது. மனித இனத்தில் மட்டுமே இந்தப் பரந்த பிரபஞ்சத்தில் இப்படியான உறவுகளையும் உன்னதங்களையும் காண முடிகிறது.

என்னை வழியனுப்ப வெளியே வந்த கிறிஸ்டோபர் அண்ணன் மீண்டும் ஒரு பில்டர் சிகிரெட்டைப் பற்ற வைத்தார். அவரது கண்கள் கலங்கி இருந்தது. அவர் மனதுக்குள் ஏதோ சொல்லொண்ணா துயரம் அலையடித்துக் கிடந்ததை அவர் முகம் சொன்னது.

ஆனால், எனக்கோ அவரிடம் அதனைக் கேட்கும் தைரியம் இல்லை. அப்படியே கேட்டாலும் இனி சரி செய்வதற்கு அவர் வாழ்வில் என்ன மிச்சம் உள்ளது? நான் அவரை மீண்டும் திரும்பிப் பார்த்தேன். அவரது கண்கள் எதிலோ நிலைகுத்தி நின்று கொண்டிருந்தது. அவரது விரல் இடுக்குகளில் சிகிரெட் புகைந்த வண்ணம் இருந்தது. அப்போது அவர்தன் சைக்கிள் கேரியரில் கைவைத்தபடி கால்களைக் குறுக்கே போட்டு நின்றுகொண்டு இருந்தார்.

ஒருவழியாக நான் என் பைக்கை எடுத்துக்கொண்டு காம்பவுண்டைக் கடந்து சற்று தூரம் போயிருப்பேன் எதேச்சையாக ரோட்டின் இடதுபுற சுவர்களைக் கவனித்த போது அதிர்ந்து போனேன். அதில் ஸ்டெல்லா அக்கா நேற்று அகால மரணமடைந்தார் என்ற சுவரொட்டிகள் ஒட்டப்பட்டிருந்தது. அக்காவின் புன்னகை அதில் உறைந்து போய் இருந்தது. நான் படபடப்போடு சுவரொட்டிகளை பார்த்தபடி ஸ்தம்பித்து வண்டியை நிறுத்திக்கொண்டேன்... என் தொண்டை அடைத்துக் கொண்டு விம்மியது... எனக்கோ கிறிஸ்டோபர் அண்ணனை உடனே பார்த்துக் கட்டிப்பிடித்து அழ வேண்டும் எனத் தோன்றியது.

ஒரு சில மணி நேரங்களில் வாழ்வில் என்னவெல்லாம் நடந்து விடுகிறது? இத்தனை ஆண்டுகள் கழித்து ஒரு எதிர்பாராத சந்திப்பு... அதன் தொடர் கன்னியாக கொஞ்சமும் நினைத்திராத சம்பவங்களின் கோர்வை... இதோ சில வினாடிகளில் பல விடை புரியாத கேள்விகளுக்கு விடையாக ஸ்டெல்லாக்காவின் சுவரொட்டி! மனம் எதைஎதையோ ஓட்டிப் பார்த்தது.... இந்தச் சங்கிலி தொடர்பான சம்பவங்கள் எப்படி நேர்ந்தது? காலத்தின் முன் விடையற்று விக்கித்து நின்றேன்.... ஆனால் முன் எப்போதையும் விட என் பால்யகாலத்து நாயகன் அப்போது எனக்குக் கம்பீரமாகவும், ஆதர்ஷமாகவும் தெரிந்தார்!

◇◆◇

04 பத்திரம்

பரணைக் கடைசியாக எப்போது சுத்தம் செய்தது என்ற அவனுக்கு நினைவேயில்லை! அது பயங்கரமாக தூசி மண்டிப்போய் இருந்தது. கண்ட கண்ட பொருள்களெல்லாம் இப்போது அவன் கையில் தட்டுப்பட்டுக் கொண்டிருந்தது. ஆனால் அவன் தேடுவது மட்டும் அவன் கண்ணில் சிக்கவே இல்லை. எப்பவோ தேடித்திரிந்த பொருட்களெல்லாம் இப்போது தேவையற்ற பொக்கிஷங்களாய் அவன் கையில் கிட்டியது.

ஆனால், இவைகள் தேவைப்பட்ட நேரத்தில் அவன் வீட்டையே இரண்டாக்கிய போதும் அவனுக்குக் கிடைத்து இருக்கவில்லை. தூசி கிளம்பி விடும் என்பதால் மின் விசிறியை வேறு போடமுடியவில்லை. அது மேலும் புழுக்கத்தை அதிகரித்து உடலில் வேர்வை கசகச வென்றிருந்தது. அவனுக்கு ஏற்கனவே சுவாசக் கோளாறுகள் உண்டு. அதனால், மூக்கின் மீது ஒரு சிறிய கைக்குட்டையை வேறு கட்டியிருந்தான். அது வேறு அரிச்சல் எடுத்துக் கொண்டு அவனை இன்னமும் இம்சித்தது. இவ்வளவு அவஸ்தையிலும் அது எப்படியாவது கண்ணில் தட்டிவிடாதா என அவனது மனம் மட்டும் ஏங்கி கொண்டிருந்தது.

இரவெல்லாம் அவனுக்குத் தூக்கம் இல்லை... எப்போது விடியும் தேட வேண்டும் என எண்ணியபடியே படுத்துக் கிடந்ததால் மணிக்கொரு முறை எழுந்து தூக்கத்தைத் தொலைத்து இருந்தான்... அது எழுந்தவுடன் தலைவலியாய் மாறி இருந்தது! அந்த வலியோடு விடிந்ததும் விடியாததுமாய் வீட்டைத் தலைகீழாய்க் கவுத்தி போட்டு தூசிக் காட்டில் வேர்வையோடு அதைத் தேடிக் கொண்டிருக்கிறான்...

நேற்று மட்டும் அவரை அந்த மீட்டிங்கில் சந்தித்திராவிட்டால் இன்று இந்த அவஸ்தையே அவனுக்கு இருந்திருக்காது. இத்தனைக்கும் நேற்றுதான் அவரை முதன்முதலாக சந்தித்தான். ஆள் நல்ல வெளுப்பாக இருந்தார். ஐந்தடி உயரம் தான். இருபது வருடங்களாக வங்கியில் குமாஸ்தாவாக பணிபுரிகிறார் எனப் பார்த்தவுடன் யாரும் சொல்லிவிடும் தோற்றத்தைக் கொண்டிருந்தார். அதுவும் அந்த நெத்தியில் ஓடிய நாமம் யாரும் அவரைப் பார்த்தவுடன்... 'என்ன பார்த்தசாரதி எப்படி இருக்கேள்?'- எனக் கமலின் ஒரு படத்தில் கேட்பது போல் கேட்க வைத்துவிடும்.

ஆம்! அவனுக்கும் பார்த்தசாரதி என்னும் அந்த மனிதருக்குமான சந்திப்பு வெறும் பரஸ்பர புன்னகை பரிமாற்றத்தோடு கூட முடிந்து போயிருக்கும், அவனை அவருக்கு அறிமுகப்படுத்திய அந்த நண்பர் அவனை யாருடைய மகன் என்று சொல்லாமல் விட்டிருந்தால்.... அதுதான் இப்போது வினையாகிப் போனது!

அவன் திலீபன்... அவனுடைய தந்தை ஜெயதாஸ் இந்தியன் வங்கியில் பணிபுரிந்தவர். அவரது அகால மரணத்துக்குப் பின் திலீபன் வாரிசு உரிமை அடிப்படையில் இந்தியன் வங்கியில் பணிக்குச் சேர்ந்திருந்தான். ஜெயதாஸுக்கு சொந்த ஊர் பெரியதாழை என்னும் கடற்கரைக் கிராமம். அவரது பரம்பரையில் படித்து ஒரு அரசு வேலைக்கு வந்தவர்களில் அவரே முதலாமவர். ஐந்து ஆண்டுகளுக்கு முன்னால் அவர் தவறிப்போய் விட்டார்.

திலீபன் அப்போது தான் கல்லூரி முடித்திருந்தான். ஆதலால் அவனுக்கு இந்தியன் வங்கியில் எழுத்தராகப் பணி கிடைத்தது. ஆரம்ப காலத்தில் சேலம் பகுதியில் வேலைபார்த்தவன் இரண்டு மாதங்களுக்கு முன்பு தான் பணி மாறுதலில் திருநெல்வேலி கிளைக்கு மாற்றலாகி இருந்தான். நேற்று அவர்கள் வங்கியின் வட்டார அலுவலகத்தில் ஊழியர்களுக்கான ஒரு மீட்டிங் ஏற்பாடு செய்யப்பட்டிருந்தது அதில் தான் பார்த்தசாரதியிடம் அவன் இன்னாரின் மகன் என ஒரு நண்பரால் அறிமுகம் செய்து வைக்கப்பட்டான்.

பார்த்தசாரதியும், திலீபனின் தந்தை ஜெயதாஸும் ஒரே பேட்சில் ஒரே நாளில் பணிக்குச் சேர்ந்தவர்கள். மேலும் இரண்டு கிளைகளில் ஒன்றாகப் பணிபுரிந்தவர்கள். நல்ல நண்பர்கள். ஜெயதாஸ் பொதுவாக எல்லோரிடமும் நன்றாக பழகக் கூடியவர்.

பார்த்தசாரதியும் உருவத்தால் தான் அப்படியே ஒழிய அவர் ஜெயதாசுடன் அடித்த கொட்டங்கள் சொல்லி மாளாது. ஜெயதாசின் அழைப்பின் பேரில் அவர் பலமுறை பெரியதாழை சென்று வந்ததுண்டு! அப்போதெல்லாம் பனங்கள்ளும் மீனும் தான் அவர்களுக்கு உணவு. ஆரம்ப காலங்களில் ஜெயதாசின் நல்லது கெட்டது அனைத்திலும் கூடவே இருந்தவர். பணியின் காரணமாக கடந்த பத்து ஆண்டுகளாக அவர்களுக்குள் தொடர்புகள் கொஞ்சம் குறைந்து போய் இருந்தது. ஆனாலும் அவ்வப்போது ஒருவரைக் குறித்து ஒருவர் விசாரித்துக் கொள்வது உண்டு. அப்போதோ ஜெயதாஸ் தம் குடும்பத்தோடு தூத்துக்குடியில் குடியேறி இருந்தார். பார்த்தசாரதியோ தென்காசியில் இருந்தார். திலீபனைச் சிறுவயதில் பார்த்திருந்தாலும் அப்போது அவருக்கு அவனை அடையாளம் தெரியவில்லை. அவனை இன்னாரின் மகன் என்று அறிமுகப்படுத்தியவுடன் அவர் வாஞ்சையுடன் அவன் கைகளைப் பற்றிக்கொள்வதாக நினைத்து கொண்டு மோதிரத்தோடு அவன் விரல்களை நசுக்கிப் பிடித்தபடியே அவன் தந்தையின் மறைவிற்கு தனது இரங்கலைத் தெரிவித்தார்.

அவனோ தான் விரல்களை நசுக்கிக் கொண்டிருந்த வலியால் தான் நெளிகிறான் என்று கூட தெரியாமல் ஏதோ அவனது தந்தையின் நினைவால் அப்படி முகம் கோணிப் போகிறான் என வழக்கம் போல் தவறாக நினைத்துக் கொண்டு அவனைப் பற்றிய விசாரிப்பு முஸ்தீபுகளில் இறங்கிவிட்டிருந்தார். அவனோ ஒருவழியாக பெரும்பாடு பட்டு அவரிடம் பேச்சு கொடுத்து சமாளித்தவாறு தன் கைகளை அவரிடமிருந்து விடுவித்துக் கொண்ட போது விரல்களுக்கு நடுவே மோதிரத்தடம் பதிந்து வலித்தது.

அத்தோடு விட்டிருந்தால் விரலில் பதிந்த மோதிரத்தின் தடத்தோடு போயிருக்கும். ஆனால் விதி வலிந்தது... அப்படி வலிக்க வலிக்க ஆறுதல் சொல்லிக் கொண்டிருந்தவர்... திடீரென்று என்ன நினைத்தாரோ அவனது குடும்ப சூழல்குறித்தும் அப்போதைய அவனது வீட்டின் பொருளாதார நிலை குறித்தும் விசாரிக்கத் துவங்கினார்.

அவருக்கு ஜெயதாசின் குடும்ப நிலை நன்றாகத் தெரியும். ஜெயதாஸ் வேலைக்கு சேர்ந்து பிறகு தான் தன் அக்காள் இருவருக்கும் மணமுடித்து வைத்தார். அவர் தன் குடும்பத்தின் ஒரே ஆண் வாரிசு. மேலும் பெரிதாகக் குடும்பப் பின்னணியோ வசதி வாய்ப்போ இல்லாதவர். அலைவாய்க்கரையில் மிக எளிய குடும்பங்களில் ஒன்று தான் அவருடையது. இதில் ஜெயதாசின் தந்தைக்கு இரண்டு மனைவிகள் வேறு. அவர் பெரிய கடலாடியாக இருந்தாலும் குடிக்கும் கூத்துக்கும் தான் ஜெயதாசின் தந்தை அனைத்தையும் பறிகொடுத்தார்.

ஜெயதாஸ் தானும் படித்து, அவ்வப்போது கடலோடி வீட்டுக்கும் உழைத்து கொடுத்து வறுமையை வென்றவர். தன் உழைப்பாலும் முயற்சியாலும் இரண்டு அக்காள்களுக்கு கஷ்டப்பட்டு திருமணம் செய்து கொடுத்தவர் ஆதலால் ஒரு பெண்ணைக் கரையேற்றும் வலி அறிந்து இருந்தார். எத்தனையோ பெரிய இடத்து சம்பந்தம் அவரது வங்கிப்பணியின் பொருட்டு வந்த போதிலும் அமலியை கரம் பிடித்தார்.

அமலியின் குடும்பத்திலும் மூன்று பெண் குழந்தைகள் அமலி மூத்தவள். மேலும் ஜெயதாசும் நல்ல செலவாளி... அவரது குடிப்பழக்கமே அவரது மரணத்துக்குக் காரணமாகியிருந்தது. இவையெல்லாம் பார்த்தசாரதிக்குத் தெரியும். இதை அவர் அறிந்து இருந்ததால் தான் அவனிடம் அவனது குடும்ப நிலை குறித்துக் கேட்டார்.

வாய்க் கொழுப்பு சீலையில் வடியுங்கிற கதையாக அவனும், தன் தந்தையின் மறைவிற்குப் பின் ஏற்பட்ட கடன் தொல்லையால் சொந்த வீட்டை விற்ற கதையையும் தற்போது

வாடகை வீட்டில் வசித்து வருவதையும் குறிப்பிட்ட போது, 'திருச்செந்தூர் பக்கத்தில் உள்ள நிலத்தையும் வித்துட்டீங்களா?' என மிகச் சாதாரணமாக அவர் கேட்டார்.

அவனோ "திருச்செந்தூர் பக்கத்துல எங்களுக்கு நெலமெல்லாம் இல்லையே..." என அப்பாவியாகக் கூறினான்.

அவரோ விடாமல்... "என்ன தம்பி இப்படி சொல்றீங்க... அங்கன உங்கப்பா நிலமெல்லாம் பார்த்து முடிக்கப் போறதா என்கிட்ட சொன்னானே..." என்றவாரே தொடர்ந்து " உங்க அம்மாகிட்ட நல்லா கேட்டுப் பாருங்க... வயசாயிட்டுல்லா அதான் மறந்து கூட போயிருக்கும். இப்ப நெலம் விக்கிற வெலையில அது பல லட்சங்கள் தேறுமே" என்று வேறு ஆசையைத் தூண்டி விட்டுச் சென்றார்.

அவனுக்கோ அந்த நொடியில் இருந்து தலைகால் புரியவில்லை. மனம் கணக்கு போடத் துவங்கிவிட்டது.

'சரி! அத எப்படியும் தேடிப் புடிச்சு எடுத்தரலாம்.. இந்த அம்மாவுக்கு எல்லாமே மறதி தான் வீட்டை விக்கும் முன்னே சொல்லி இருந்தா வீட்ட காப்பாத்தி இருக்கலாம்... சரி! இப்ப அதனால என்ன? நெலத்தை வித்திட்டு தங்கச்சி கல்யாணத்துக்கு கொஞ்சம் நகையைச் சேர்த்திட்டு நாமளும் கொஞ்சம் ஹவுசிங் லோனைப் போட்டு நல்லா பெரிய வீடா வாங்கிட்டா போச்சு... பெரிசென்ன பெருசு... கீழே நாம இருந்திட்டு மேல ரெண்டு வீடுகளை வாடகைக்கு விட்டா அந்தக் காசில லோன் அடஞ்சிட்டுப் போகுது... என என்னவெல்லாமோ அவன் மனம் கோட்டைகள் கட்டி குடியேறி இருந்தான்.

இரவு வீட்டுக்கு வந்து தன் அம்மாவிடம் கேட்ட போது, "அப்படியெல்லாம் ஒண்ணும் முடிக்கலியேப்பா.. எனக்கு ஒண்ணு அப்படி ஞாபகமில்லையே.." என்று இரண்டும் கெட்ட மனநிலையில் இழுத்தவர்...

சற்று நேரத் தாமதத்திற்குப் பின், "உங்கப்பா! எல்லாத்தையும் அவரு இஷ்டத்துக்கு தான செய்வாரு எங்கிட்ட என்னத்த சொன்னாரு... அவருக்கு எல்லாமே அம்மாளும், அக்காமாரும் தானே... போயி உன் அத்தகாரிகிட்டயும் ,பாட்டிக்காரிகிட்டயும் கேளு...." என்று புலம்பியவாறே அவளது அறைக்குள் சென்று அமர்ந்து கொண்டாள்.

"உனக்கு வேற வேலையே இல்ல... எப்பவும் அப்பாவ பொறக்கி கடிக்கனும்... நாலெழுத்து படிச்சிருந்தா உன்கிட்ட சொல்லி இருப்பாரு... உனக்கு வெளங்க வைக்க முடியாம தானே போயி சேந்துட்டாரு..." என அவனும் ஆதங்கத்தில் வார்த்தைகளை விட்டான்.

"இதப்பாரு... பாத்து பேசு! நா படியாத சிறுக்கி தான்.... அதுக்கு உங்கப்பன் பவுச இங்கன கொண்டு காட்டாத... உங்கப்பன் குடியால செத்ததுக்கு நா காரணமா.. நா தான அறுத்துகிட்டு நிக்கேன்... நீ ஏன் பேச மாட்டே... நாலு காசு சம்பாதிச்சிட்டா நான் உக்காலக் கட்டி கடப்பேன்னு நெனச்சியா...? எவளுக்கு வேணும் காசு... உங்கப்பன் கூட வாழ்ந்த காலத்துலயும் எந்த பெரிய சொகத்தையும் நா அனுபவிச்சிரல... ஒண்ணு அவரோட அக்காமாருக்கு எழுதி கொடுத்திருப்பாரு... இல்ல உங்க தாத்தனப் போல கூத்தியா கீத்தியா வச்சிருப்பாரு..." என ஏதேதோ பொறிந்து தள்ளிவிட்டாள்.

இவனும் சரிக்குச் சரியாக ஏதேதோ பேச... அன்றைய நாள் இரவில் தாய்க்கும் மகனுக்கும் எல்லாம் இரண்டு பட்டு போனது. இந்த ரணகளங்களை ஒருவழியாக இருபக்கமும் ஆறுதல் கூறி தாயையும், அண்ணனையும் சமாதானம் செய்து எல்லாவற்றையும் காலையில் பார்த்துக்கொள்ளலாம் என சமாளித்து முடித்தாள் ப்ரீத்தி!

காலையிலே எழுந்த அமலி தன் அறையில் உள்ள அலமாரியில் அந்தப் பத்திரத்தைத் தேடிக் கொண்டிருந்தார். ப்ரீத்தி தன் அம்மாவைப் பார்த்து சிரித்தபடியே, "இதுக்குதான்

நேத்து அம்மாவும் பையனும் அப்படி அடிச்சிக்கிட்டீங்களா?..."எனக் கேலி பேசியவள். திலீபனையும் தேடச் சொன்னாள்.

"ஏம்மா! இங்க என் அலமாரியில இல்ல... அவன உங்க அப்பாவோட சின்ன இரும்பு பெட்டி ஒண்ணு உண்டு அதுல தேடச் சொல்லு...அதுல இருக்கான்னு பாப்போம்... " என அவள் தன் மகனுக்கும் தனக்கும் இடையில் மகளை தூதுவளாக்கினாள்.

திலீபனும் அன்று ஆபிஸுக்கு போன் போட்டு அவனுக்குத் தாளமுடியாத தலைவலியும் மயக்கமுமாய் இருப்பதாகச் சொல்லி ஒருநாள் மருத்துவ விடுப்பு சொல்லி விட்டு அதனைத் தேடுவதற்கு... கடைசியில் இதோ இப்போது பரண் மீது ஏறி நிற்கிறான்...

பல மணி நேரத் தேடலுக்குப் பின் ஒருவழியாய் அந்தப் பெட்டி கிடைத்தது. மூவரும் அதனைச் சுற்றி நின்றுபடி ஏதோ அலாவுதினின் விளக்கைத் தேய்ப்பது போல அதனைத் திறந்தபோது.....அதனுள்ளே பத்திரம் எதுவும் இல்லை!
தேடித்தேடி அலுத்து ஓய்ந்து போனார்கள்....

ஆனாலும் மனம் விடவில்லை.
"ஏய்! உங்க அத்தகாரிகளுக்கு போன் போட்டு மெல்ல கேட்கச் சொல்லு... இல்ல நீ கேளு.." என்றாள்.
அவர்களிடம் கேட்டுப்பார்த்தும் அவர்களுக்கும் எதுவும் தெரியவில்லை.

'ஆமோ... தெரிஞ்சாலும் அஞ்சார சொல்லிருவாளுவ...' என அவர்களையும் நாலு திட்டு திட்டிக்கொண்டாள் அமலி.

திலீபனுக்கும் விடையே தெரியவில்லை. யார்யாரிடமெல்லாமோ அவர்கள் கேட்டுப்பார்த்து விட்டார்கள். ஒருவேளை வெளியே அடமானம் வைத்திருந்தால்...? அதற்கும் அந்தப் பத்திரம் குறித்த

அடிப்படையானத் தகவல்கள் தேவை. இப்படி அவர்கள் மாறி மாறி தலையைப் பிடித்துக் கொண்டு இருக்கும் போது அமலி தான் சொன்னாள்...

"டேய்! ஓங்கிட்ட சொன்ன ஆளுக்கு போன் போட்டு எந்தப் பத்திர ஆபிசில் எப்ப முடிச்சதுன்னு கேளு நாம மேக்கொண்டு என்ன பண்ணலாம்ன்னு பாப்போம்" என்றாள்.

அவனுக்கும் அது சரியாகப் படவே அவருடைய நம்பரைத் தன் நண்பனிடம் வாங்கி போன் செய்தான். தன்னை அவருக்கு மீண்டும் அறிமுகம் செய்து கொண்டு சம்பரதாய நலம் விசாரிப்புகளுக்குப் பிறகு.....

"சார் நேத்து நீங்க சொன்னீங்க இல்லையா எங்கப்பா திருச்செந்தூர் பக்கத்துல நிலம் வாங்குனாங்கன்னு அது எந்த வருஷம்...? எந்தப் பத்திர ஆபிசுலன்னு ஞாபகமிருக்கா..? ஏன்னா வீடு முழுக்க தேடிப் பார்த்துட்டோம் பத்திரத்த எங்கயும் காணல அம்மாவுக்கும் எதுவும் நெனவுல இல்ல அதான்..."

"தம்பி நான் என்ன சொன்னன்னு நீங்க சரியா புரிஞ்சிக்கலியா.... உங்கப்பா அங்க நிலம் வாங்கப் போறத என்கிட்ட சொன்னான் ஆனா அங்க வாங்குனானா இல்லையான்னு எனக்குத் தெரியலையே.... அதான் உங்க அம்மாகிட்ட கேட்டு உறுதிப்படுத்திக்கச் சொன்னேன்" என்று அவர் ஏதேதோ பேசிக் கொண்டே போனார்... இப்போது அவனுக்கு நிஜமாகவே தலைசுற்றி மயக்கம் வந்தது!

◇◆◇

5. ஓயாத அலைகள்

மெர்லினின் உடல்நிலை மோசமாகிக் கொண்டே இருந்தது. பிலோமினாள் தன் தாயின் அருகே அவள் கைகளைப் பற்றியவாறு கண்ணீருடன் அமர்ந்திருந்தாள். பிலோமினாளுக்கு என்ன செய்வதென்றே தெரியவில்லை. அவளது தம்பி ரெபிண்டோ கப்பலில் சிக்கியிருந்தான். அவளருகே கவலை தோய்ந்த முகத்தோடு ரெபிண்டோவின் மனைவி ரீனா நின்று கொண்டிருந்தாள்.

"ரீனா... நீ அவனுக்கு போன் பண்ணி அம்மாவைப் பத்தி சொன்னியா? அவனால் இப்போ சைன்-ஆப் பண்ணி வர முடியுமா? எனக்கு ரொம்ப பயமா இருக்குயே.."

"மைனி... அவங்ககிட்ட சொல்லிட்டேன்... எனக்கும் என்ன செய்யுறதுன்னே தெரியல... அவங்க கப்பல் இப்ப பிரசில்ல இருந்து கிளம்பி மூணு நாள் தான் ஆயிருக்கு எப்படியாவது வர்றதுக்கு முயற்சி பண்ணுறதா சொல்றாங்க ஆனா எமெர்ஜென்சி சைன்-ஆப் கிடைக்குமான்னு உறுதியா சொல்ல முடியலன்னு சொல்றாங்க."

அங்கே கண்ணுக்கெட்டிய தூரம் வரை கடல் விரிந்து கிடந்தது. வழக்கத்துக்கு மாறாக கடல் கடும் சீற்றத்துடனும் காணப்பட்டது. அதைவிட ரெபிண்டோவின் மனம் அதிக சீற்றத்துடன் ஏங்கிக் கிடந்தது. அவனது கப்பல் ஹாங்காங் நோக்கி பயணப்பட்டுக் கொண்டிருந்தது. அவன் இந்தக் கப்பலில் பணிக்குச் சேர்ந்து ஆறு மாதங்கள் நிறைவாகியிருந்தது...

தற்போது அவன் சைன் - ஆப் (ஒப்பந்தம் முடித்துக் கொண்டு இறங்குவதற்கு) கேட்டிருந்தான். கேப்டனும் அவனுக்காக நிறுவனத்திற்கு மின்னஞ்சல் அனுப்பியிருந்தான். இது வழக்கமாய் அவன் ஒப்பந்தம் முடியும் காலம் தான் ஆனால் டிசம்பர் இறுதியாதலால் அவனுக்கு மாற்று ஆள் உடனடியாகக் கிடைக்கவில்லை.

துறைமுகத்தில் கப்பல் இருந்திருந்தால் ஏதாவது எமெர்ஜென்சி சைன் - ஆப்புக்கு முயற்சித்து இருப்பார்கள். ஆனால் சரக்குகளை ஏற்றிக்கொண்டு துறைமுகத்தில் இருந்து கிளம்பி தற்போது பயணப்பட்டுக் கொண்டிருப்பதால் மாற்று என்பது அத்தனை எளிதல்ல. மாலுமிகளின் வாழ்வின் பெரும்பகுதி இப்படிக் கடலின் நடுவே கண்ணீருடன் கழிவது என்பது புதிதல்ல. ஆனால் அவரவர் வாழ்வில் இது போன்ற முக்கியமான தருணங்களை எதிர்கொள்ளும் போது தான் அந்த வலியையும் அது தரும் மனவேதனையையும் உணர முடியும். வாழ்க்கை எத்தனை சூன்யமானது என்பதைக் காலம் உணர்த்தும் போது மனிதன் எத்தனை அற்பமானவன் என்பதும் வெளிச்சமாகிறது. ஆனால் அந்த வலிகளுக்கு நடுவே நாம் அந்த உண்மையை உணர்வதிலை.

இப்படியொரு சூழலில் ரெபிண்டோவுக்கான மாற்று ஆள் குறித்தோ அல்லது அவனது இறக்கம் குறித்தோ நிறுவனத்தின் தரப்பில் இருந்து எந்தவொரு முடிவும் எடுக்கப்படாமல் இருந்தது. அவனோ கடைசி நேரத்தில் எப்படியாவது நிறுவனத்தில் இருந்து ஏதாவது மாற்று ஏற்பாட்டுக்கான பதில் வரும் என ஏதோ ஒரு நம்பிக்கையில் காத்திருந்தான். அதனால் அவன் மனம் அடித்துக்கிடந்தது.

அவன் இக்கப்பலில் ஏறும்போதே அவனது அம்மா மெர்லினின் உடல்நிலைச் சீராக இல்லை. அவள் கடந்த மூன்று ஆண்டுகளாகவே புற்றுநோயால் பாதிக்கப்பட்டு அவதியுற்று வந்தாள். ரெபிண்டோவும் தன்னால் இயன்ற அளவுக்கு உயர்தர சிகிச்சைகளைக் கொடுத்து அவளை மீட்டெடுக்கப் போராடி வந்தான். மதுரையில் உள்ள தனியார் சிறப்பு

புற்றுநோய் மருத்துவமனையில் தான் அவளுக்கு சிகிச்சை எடுத்து வந்தான். மாதம் இருமுறை அங்கே போயிருந்து கீமோதெரபி கொடுத்துவருவதற்குள் போதும் போதும் என்றாகிப்போகும்!

ரெபிண்டோவின் நினைவலைகள் அடித்துக்கிடந்தது. மெர்லின்... அவனது அம்மா அத்தனை பொலிவானவள். மிக நீண்ட கூந்தலுக்கு சொந்தக்காரி! சமீபகாலங்களில் அவனது அம்மாவின் நினைவுகள் வரும்போதெல்லாம் சீயக்காய் போட்டு குளித்துவிட்டு அவள் காற்றில் காயவிடும் நீளமான கூந்தலும் அதன் சீயக்காய் மணமும் தான் அவனது நினைவுக்கு வருகிறது. ஏனெனில் சென்றமுறை அவன் ஊரில் இருந்த போது மெர்லினை அவன் தான் கீமோதெரபிக்கு அழைத்துச் சென்று வந்தான். அப்படி சென்று வரத்துவங்கிய ஆரம்ப நாட்களின் போது அவளது மூடிகள் உதிரத் துவங்கியிருந்தது. அழகிய அவளது அந்த நீளமான கூந்தல் கொத்துக் கொத்தாய் சிதைந்து விழத் துவங்கியதால் அவளது அந்தக் கோலத்தைக் காணச் சகியாமல் புளியம்பட்டி அந்தோணியார் கோயிலுக்கு அவளை அழைத்துச் சென்று மொட்டை போட்டுவிட்டு தன் தாயிக்கு நோய் குணமாகியபின் அசனம் கொடுப்பதாக வேண்டிவிட்டு வந்திருந்தான். ஆனால், இப்போதோ அவனது மனம்... ‘நல்லபடியாக இம்முறை அம்மாவை நேரில் சென்று பார்த்துவிட்டாலே போதும்... தான் அசனம் கொடுக்க அம்மாவையும் கூட்டி வருவதாக’ அந்தோணியாரை நினைத்து வேண்டிக்கொண்டான்.

புளியம்பட்டி அந்தோணியார் கோயில் ரெபிண்டோவின் குடும்பத்தினருக்கு மட்டுமல்ல தூத்துக்குடி சுற்றுவட்டார மக்களுக்கே ரொம்பவும் விசேஷமானது. அதுவும் ஒவ்வொரு வாரமும் செவ்வாய்க் கிழமைகளில் கூட்டம் அப்படித்தான் குவியும். ரெபிண்டோவை மெர்லின் பிரசவிக்க காத்துக் கொண்டிருந்த நேரம். அவளுக்கு உடலெல்லாம் வைசூரி என்னும் பெரியம்மை நோய் வந்துவிட்டது. அப்போது அவளை மருத்துவமனையில்

சேர்த்துவிட்டு ரெபிண்டோவின் அப்பா குருஸ் கோமஸ் புளியம்பட்டி அந்தோணியார் கோயிலுக்கு தான் வந்து மண்டியிட்டுக் கிடந்தார்.

அவர் மனிதராய் ஒரு குடும்பத்தின் தலைவராய் மாறினாரென்றால் அதற்குக் காரணமே மெர்லின் தான். ஆம்! மெர்லினின் குடும்பம் மிகவும் வசதியானது. அவளது அப்பா தோணி தண்டலாய் இருந்தவர். வின்செண்ட் பூபாலராயர் என்றால் ஊரில் தெரியாதவர்கள் இல்லை. அவருக்கு ஒரு மகனும் ஆசை மகளுமாய் மெர்லினும் இருந்தார்கள். மெர்லின் தன் தாயின் சாடையில் இருப்பதால் அவர் எப்போதும் தன் மகளை 'எந்தாயி...' என்று தான் அழைப்பார். அவருக்கு மகள் தான் உலகம். குருஸ் கோமஸோ ஊரில் எந்தப் பிரச்சனைக்கும் முன்நிற்கும் சண்டியர். எங்கு அடிதடி என்றாலும் அவர் பெயர் தான் அடிபடும். அப்படித்திரிந்த மனிதரைத் தான் மெர்லின் காதலித்து ஒற்றைக்காலில் பிடிவாதமாக நின்று மணந்தாள்.

மெர்லினைக் கரம்பிடித்த பிறகு தான் குருஸ்கோமஸ் கொஞ்சம் கொஞ்சமாக தம் முரட்டு குணத்தைக்கைவிட்டு அவளுக்காக மாறினார். அதிலும் அவர்களுக்கு மூத்த மகள் பிலோமினாள் பிறந்த பிறகு அவரிடம் அப்படி ஒரு மாற்றம். அதுவரை சின்னச் சின்ன வம்புதும்புகளுக்கு தெரிந்தும் தெரியாமலும் போய் வந்ததைக் கூட தன் மகளின் பொருட்டு நிறுத்திக் கொண்டார். அவரைப் பொறுத்தவரை மெர்லின் அவர் வாழ்வில் வந்த தேவதை. அவள் சொல் தான் வேதவாக்கு. அவள் தான் அவரது உலகம். அவளது ஒரு பார்வை போதும் அவரைக் குழந்தையாக மாற்றிவிட.

அப்படிப்பட்ட மெர்லினுக்கு பிரசவ நேரத்தில் இப்படி ஒரு சிக்கல் என்றவுடன் அவர்தான் செய்வதறியாது அந்தோணியாரின் பாதத்தில் வந்து விழுந்து கிடந்தார். அவர் வேண்டிக்கொண்டதெல்லாம் ஒன்றே ஒன்று தான். 'நல்லபடியாக பிரசவம் நடக்க வேண்டும்... தாயும் சேயும் நலமாய் இருக்க வேண்டும்'. அதற்காகத் தானும் தன் குடும்பமும் அடுத்த வருடம் இதே நாள் புளியம்பட்டி கோவிலுக்கு வந்து பிறக்கப்போகும் பிள்ளைக்கு

அந்தோணியார் பட்டம்விட்டு காதில் வாலி போட்டு அசனம் கொடுப்பதாக வேண்டிக்கொண்டார். காலை முதல் மாலைவரை அக்கோயிலில் கிடையாகக் கிடந்துவிட்டு ஊர் திரும்பியதும் அவர் எதிர்கொண்ட முதல்செய்தி... 'அவருக்கு மகள் பிறந்து இருப்பதாகவும்... தாயும் சேயும் நலம்!' என்பதே.

அதனால் எதுவொன்று என்றாலும் புளியம்பட்டி அந்தோணியாருக்கு நேர்ச்சை செய்வதும் அப்படி செய்ததை மிகச்சரியாக நிறைவேற்றுவதுமாய் இதுவரை அவர்களுக்கும் அந்தோணியாருக்குமான கொடுக்கல் வாங்கல் எந்தப்பிரச்சனையும் இன்றி போய்க்கொண்டிருந்தது. இதோ இப்போதும் ரெபிண்டோ அதே நம்பிக்கையுடன் தான் வேண்டிக்கொண்டான். மனிதர்கள் தங்கள் இயலாமையை உணரும் நேரங்களில் எல்லாம் அவர்கள் விழுந்துவிடாமல் நிற்பதற்கு ஏதோவொரு பிடிமானம் தேவைப்படுகிறது. அது எல்லாம் வல்ல செயல்களையும் எந்தவொரு விதிகளுக்கும் கட்டுப்படாமல் செய்யும் ஆற்றல் கொண்டதாய் இருக்க வேண்டும் என விரும்புகிறார்கள்... நம்புகிறார்கள். தன் மனதைப் பீடித்துக்கொண்ட அச்சத்தை தன் அறிவின் ஆற்றலோடு எதிர்கொள்வதைவிட இப்படி ஒரு நம்பிக்கையைப் பிரசவித்துக் கொள்வது சுலபமும் ஆறுதலுமானதுமாக உணர்கிறான்.

ரெபிண்டோவைப் பொறுத்தவரை அவனது அம்மா வலம்புரி சங்கைப்போல் அபூர்வமானவள். பொதுவாக எல்லா பிள்ளைகளுக்கும் அம்மா என்றால் இஷ்டம் தான். ஆனால் ரெபிண்டோ அடிக்கடி சொல்லிக்கொள்வான்.. "எனக்கு கெடச்ச அம்மா மாறி பாக்கியம் ஒலகத்துல யாருக்கும் கெடக்காது". அப்போதும் அவனது எண்ணமெல்லாம் அதுதான் நிரம்பியிருந்தது.

ஒன்பதாம் வகுப்பு படிக்கும்போது தந்தையை இழந்துவிட்டிருந்தான். குருஸ் கோமஸின் அந்தத் திடீர் மரணம் அவர்களை நிலைகுலையச் செய்திருந்தது. ஒரு அழகிய சின்னஞ்சிறு தூக்கணாங்குருவிக் கூட்டை எதிர்பாராத புயல்

ஒன்று வீசி கலைத்துப்போட்டது. நமது எண்ணங்களும் செயல்களுமே வாழ்வைத் தீர்மானிக்கும் என்பதை மெர்லினும் அவளது குடும்பத்தாரும் உணர்ந்து அறிந்து கொள்ள அவர்கள் கொடுத்த விலை குருஸ் கோமஸின் மரணம்.

குருஸ் கோமஸ் தன் சண்டித்தனங்களை எல்லாம் விட்டுவிட்டு தன் நண்பன் திமோத்தியின் வல்லத்தில் போய் வந்து கொண்டிருந்த சமயம் அது. மெர்லினின் சிக்கனத்தாலும் பொறுப்பான குடும்ப நிர்வாகத்தாலும் அவர்கள் கையில் நாலு காசு சேர்ந்திருந்தது.

அப்போது ஒருநாள் திமோத்தி தான், "எல மக்கா... நீயும் கொஞ்சம் காசப் போட்டு ஒரு வல்லத்த எறக்குனா என்ன? நான் ஒனக்கு ஒத்தாசையா இருக்கேன்... புள்ளவ வளந்து வர்ற நேரத்துல அதான் சரியா இருக்கும்.. என்ன சொல்லுத?" எனக்கேட்டார்.

அப்படி ஆரம்பித்த பேச்சால் தான் குருஸ் கோமஸுக்கும் தான் ஒரு வல்லம் வைக்க வேண்டும் என்ற ஆசை வந்தது. மெர்லினும் அவனை ஊக்கப்படுத்தி இறுதியில் அவர் சொந்தமாக வல்லம் ஒன்றை இறக்கினார். அப்படி அவர் இறக்கிய கொஞ்ச காலத்தில் சின்னச் சின்ன சிக்கல்களாய் வல்லத்தில் வந்து கொண்டிருந்தது. அது தொடர்ந்து செலவினங்களைக் கொடுத்து வந்தது. நான்கைந்து மாதங்களில் சொல்லும்படியாக அதில் பாடும் இல்லை. அதேசமயம் தன்னோடு வரும் கடலாடிகளுக்கு அவர் அவ்வப்போது பண உதவிகள் செய்ய வேண்டியதாகியது. இப்படியாக அவர் துவண்டு போய் இருந்த சமயம் தான்... திமோத்தி அந்த யோசனையைச் சொன்னார்.

"நீ ஏம்ல துக்க வீட்ல இருக்க மாறி இருக்க... இப்ப என்ன ஆகிப்போச்சு? புதுசா வல்லம் வச்சா நாலு பேரு கண்ணடி படத்தாம்ல செய்யும்... நாம்லா எவ்ளோ கஷ்டப்பட்டுருக்கேன் தெரியுமா? ஒந்தங்கச்சி தாலிக்கொடி வரைக்கும் வட்டிக்காரனுக்கு போயிட்டு... பொறவு தான் அந்தப் பனிமய மாதா அருளால மீண்டு வந்தேன்..."

"மாப்ள... புள்ளவளுக்கு நாலு காசு சேக்கலாம்னு தான் நீ வல்லம் வைக்கலாம்னு யோசனை சொன்னவுடனே நானும் சரின்னு சொன்னே... ஆனா பாரு வச்ச நேரத்துல இருந்து ஏதாவது செலவு தா வைக்கிதே ஒழிய சொல்லுற மாறி பாடு ஒண்ணும் அமையல... இப்படியே போச்சுன்னா சரியா வராது... அதான்.."

"எல கட பொழப்பு தெரியாதவனா நீ... இதெல்லாம் எல்லாத்துக்கும் நடக்குறது தான? சரிப்பா... ஒரு யோசனை சொல்றேன் ஆனா நீதா ஒத்துக்கிட மாட்ட..."

குருஸ் கோமஸ் அவரை மேற்கொண்டு சொல்லுமாறு சாடையாகப் பணித்தவுடன் திமோத்தி தொடர்ந்தார்... "எல போன மாசம் தான் மேட்டுக்குடில நமக்கு வேண்டிய பையன் உன்ன மாறியே புதுசா வல்லம் வச்சு கடனா போய் இருந்தான்... அவன் ஏர்வாடிப் பக்கம் ஒரு மந்தரவாதியப் போய் பாத்து அவன் வல்லத்துல பேய் அடிச்சு ஏத்தியிருக்கான்... இப்ப கொஞ்ச நாளா அந்தப் போடு போடுறான்னா பாத்துக்க..."

பேய் அடித்து ஏற்றுவது என்பது... ஏதாவது ஒரு ஆதரவற்றவரையோ அல்லது மனநலம் பாதிக்கப்பட்டு கைவிடப்பட்டவரையோ பிடித்துக்கொண்டு போய் உயிர்பலி கொடுத்து அவர்கள் இரத்தத்தை மந்திரித்து வல்லத்தில் அணியத்து பக்கமாய் தெளிப்பார்கள். மேலும் அவர்கள் இரத்தம் தோய்ந்த உடையின் ஒருபகுதியைக் கிழித்து வல்லத்தின் முன்பாகக் கட்டிவிடுவார்கள். அப்படிக் கட்டிவிட்டால் அந்தப் பேய்க்கு பசியெடுத்து மீன்கள் அதிகம் இருக்கும் பகுதிக்கு இழுத்துச் செல்லும் என்பது ஒரு நம்பிக்கை. கடத்துறையில் ஆங்காங்கே சிலர் இப்படிப் போவதுண்டு. பொதுவாக ஒரு சொல்வழக்கு பரதவர்களிடம் இன்றும் புழக்கத்தில் உண்டு... அது யாருக்காவது உடல்நலம் குறைந்தால் 'பேய்க்கும் பாரு; நோய்க்கும் பாரு' என்பார்கள். ஆரம்ப நாட்களில் மாந்தரீக செயல்பாடுகளில் அதிகம் நம்பிக்கைக் கொண்டவர்களாகவே பரதவர்கள் இருந்தார்கள்.

பின்னர் கத்தோலிக்க திருச்சபை ஆதிக்கம் பெற்ற பிறகே பரதவர்களிடம் இப்போக்கு குறைந்து விட்டிருந்தது. குருஸ் கோமஸுக்கும் இது புதிய யோசனை அல்ல. ஆனால் இதெல்லாம் தவறு என்ற எண்ணம் கொண்டவராக அவரை மெர்லின் மாற்றியிருந்தாள்.

ஆனாலும் அச்சூழலில் அவர் திமோத்தியின் அந்த யோசனையை உடனே மறுக்கவில்லை. அதேசமயம் அவரால் அதை ஏற்றுக்கொண்டு சம்மதம் தெரிவிக்கவும் முடியவில்லை. சூழலும் சுற்றமும் கைக்கோர்த்துக் கொண்டு கரைத்தால் கரையாதோர் யாருமில்லை அல்லவா? அப்படித்தான் வேறுவழியின்றி குருஸ் கோமஸும் சம்மதித்தார். காதோடு காது வைத்தாற் போல் அவரும் திமோத்தியும் மறுவாரமே அந்த மாந்தரீகவாதியைச் சென்று சந்தித்து மனநோயால் பாதிக்கப்பட்டு ஆதரவற்று இருந்த ஒரு நடுத்தர வயது பெண்ணின் 'பேய்' அவர் வல்லத்தில் ஏற்றப்பட்டது.அந்த நடுத்தர வயது பெண்ணிற்கு ஒரு பெண் குழந்தை இருந்தது பின்னாட்களில் தான் அவருக்குத் தெரியவந்தது.

இவைகளெல்லாம் மெர்லின் மிகத்தாமதமாகவே தெரிந்து கொண்டாள். அப்போது குருஸ் கோமஸின் செயல்பாடுகளில் அதிகம் மாற்றம் கண்டிருந்தது. இப்போது அவர் வல்லம் இலாபகரமாக ஓடினாலும் அவர் மனதில் ஒரு அப்பாவிப் பெண்ணின் உயிர் அவரது சுயலாபத்துக்காக பறிக்கப்பட்டதும் அதனால் ஒரு குழந்தை தன் தாயை இழந்து ஆதரவற்றவளாகியதும் பெரும் சுமையாக குற்றவுணர்வாய் படிந்து விட்டிருந்தது. அது அவரை முன்பை விட அதிகமாக குடிப்பழக்கத்திற்கு ஆளாக்கிவிட்டிருந்தது. மது அருந்தாமல் அவருக்குத் தூக்கம் பிடிக்கவில்லை. அவ்வப்போது ஏதோ குரல் கேட்பதாகச் சொல்ல ஆரம்பித்தார். ஏதோ ஒரு பெண்ணின் உருவம் கைக்குழந்தையோடு முக்காடிட்டு நிற்பதாகப் புலம்ப ஆரம்பித்தார். புகைபிடிக்காமல் இருந்தால் அவருக்கு மூச்சு விடமுடியாதது போல் ஆகிப்போனது. ஒருபக்கம் வருமானம் வந்தாலும் மறுபக்கம் அவரது அமைதியற்ற உணர்வால் அவர்

கொஞ்சம் கொஞ்சமாய் சிதைந்து வந்தார்... ஒரு கட்டத்தில் இறந்தே போனார். மெர்லின் எவ்வளவோ போராடியும் அவளால் அவரை மீட்க முடியவில்லை.

அதன்பிறகு அவள் தான் தன் இரண்டு பிள்ளைகளுக்கும் தாய்க்குத் தாயாக தந்தைக்குத் தந்தையாக இருந்து பார்த்துக்கொண்டாள். பிள்ளைகளுக்கு தந்தையின் இழப்பே அறியாத வண்ணம் அவர்களது உலகமாய் மாறிப்போனாள். பெலிக்கான் பறவையைப் போல தன் சிறகுகளுக்குள் அவர்களை அடைகாத்துக் கொண்டாள். அப்படிப்பட்ட தாயின் கடைசிநேரங்களில் தான் அவன் அவளோடு இருக்க முடியாமல் கடலின் நடுவே எங்கோ ஓர் தூரதேசத்தில் தத்தளித்துக் கிடந்தான்.

அம்மாவின் உடல்நிலை மிகவும் மோசமாகிக் கொண்டு இருப்பதாகவும்... அவனைப் பார்க்க அவள் விரும்புவதாகவும் வீட்டில் இருந்து தகவல்கள் வந்த வண்ணம் இருந்தது. புலனம் (வாட்ச்-அப்) மூலம் அவனைத் தொடர்பு கொண்ட அவனது அக்காளும், மனைவியும் மாறிமாறி அவனிடம் அழுதார்கள்.

“எல... தம்பி அம்மாவ பாக்கவே ரொம்ப கஷ்டமா இருக்கு... வலியால முனகி கிட்டே இருக்காங்க... அப்போ அப்போ மறந்தும் வேற போய் ஏதேதோ பேசுறாக...” எனப் பிலோமி சொல்லி அழுதாள்.

அந்த இரவின் நீளம் அவனை இம்சித்துக் கிடந்தது. அவனது நிலை அறிந்து கேப்டனும் எவ்வளவோ முயற்சித்து பார்த்துவிட்டான் ஆனாலும் அவனை இறக்கிவிட அனுமதி கிடைக்கவில்லை. அடிபட்ட ஒரு பறவையைப் போல தன் கேபினுக்குள்(அறைக்குள்) அவன் சுருண்டு கிடந்தான். அழுதுஅழுது அவனது கண்கள் வீங்கிப்போய் இருந்தது.

ஒவ்வொரு மணிநேரத்துக்கும் ஒருமுறை அவன் தன் வீட்டாரைத் தொடர்பு கொண்டு அம்மாவின் நிலையைக் கேட்டு வந்தான். அவன் தன் வாழ்நாளின் மிகக் கொடூரமான

ஒரு பொழுதை வலிகளோடு தனிமையில் கடத்திக் கொண்டிருந்தான். ஒவ்வொரு மணித்துளியையும் அத்தனை வலிகளோடு எதிர்கொண்டு வந்தான். உடலும் மனமும் நம்பிக்கையிழந்து சோர்ந்து போகத் துவங்கியது. தான் என்ன பாவம் செய்தேனோ இப்படித் தாயின் கடைசி நிமிடங்களில் அவளோடு இருக்க முடியாமல் போயிற்றே என மனம் கிடந்து அடித்துக் கொண்டது.

மெர்லின் தன் இறுதி யாத்திரைக்கு தயாராகிக் கொண்டிருந்தாள். அவளது மனம் முழுக்க தன் மகனைத் தேடிக் கிடந்தது. சில சமயங்களில் அவன் தன் அருகில் இருப்பதைப் போல உணர்ந்தாள். அவளது புலன்கள் எதுவும் அவளது கட்டுப்பாட்டில் இல்லை. அவள் தன் கண்களைத் திறந்து கடைசியில் ஒருமுறையாவது தம் பிள்ளைகளைக் கண்குளிர பார்த்துவிட மாட்டோமா? எனப் படபடத்துக் கிடந்தது. அவளது விழிகளோ அவளுக்கு ஒத்துழைக்க மறுத்தது. ஏதேதோ சத்தங்கள் தன்னைச் சுற்றி எழுந்த வண்ணம் இருந்தது. ஆனால் அவைகள் யாருடையது என அவளால் அவதானிக்க முடியவில்லை.

ஏதோ ஒரு ஒளி நிறைந்த இடத்திற்குள் தான் மிதந்து செல்வதைப் போல இருந்தது. அவளால் சுவாசிக்க முடியவில்லை. தன் உதடுகளைப் பிரித்து காற்றினை உள்ளிழுக்க முயற்சித்துத் தோற்றுக்கொண்டிருந்தாள். அவளது உதடுகள் துவங்கி தொண்டை வரை எல்லாம் உலர்ந்து போய் இருந்தது. தண்ணீர் அருந்த வேண்டும் போல் இருந்தது. அடுத்த கணமே அவள் தன் தேவைகளை மறந்தவளாய் ஏதோ ஒரு மீள முடியாத வலையில் சிக்குண்ட மீனைப்போல் உணர்ந்தாள். தன் இதழ்கள் ஈரமாவதைப் போல் உணர்ந்தாள்.

பிலோமினாள் தன் தாயின் உதடுகளை நீரில் பஞ்சை தோய்த்து நனைத்தபடி இருந்தாள். மெர்லினுக்கு ஏதோ சொல்ல வேண்டும் போல தோன்றியது. அவளது இதழ்கள் கொஞ்சம் துடித்தது. தன் விழிகளைத் திறக்க அவள் முயற்சித்தாள். ஆனால் முடியவில்லை. அவள் தன் எதிரே

ஏதோ ஒரு நடுத்தர வயது பெண் கைக்குழந்தையோடு முக்காடிட்டு நின்று கொண்டு சிரிப்பதைப் போல் உணர்ந்தாள். ஏதோ ஒருவித பயம் அவளுக்குள் தோன்றியது. அவளது கண்களில் இருந்து நீர் சுரந்தது. அவள் தன் கைகளை எடுத்து கூப்பி அந்தப் பெண்ணிடம் மன்னிப்புக் கேட்க வேண்டும் போல் தோன்றியது. ஆனால் அவளால் தன் கைகளை அசைக்கக் கூட முடியவில்லை. அவள் ஏதேதோ செய்து பார்த்து தோற்றுப்போனாள். அவள் திடீரென சலனமற்று அமைதியாகிப் போனாள்.

அவளருகே நின்று கொண்டிருந்த பிலோமினாளும், ரீனாவும் அவளை மாறி மாறி அழைத்துப் பார்த்தார்கள். அவளிடம் சத்தமில்லை. ஆனால், அவளது கண்கள் மட்டும் விழித்திரைக்குப் பின்னால் அசைந்து கொண்டிருந்தது. இப்பவும் ஏதோ கைக்குழந்தையோடு ஒரு பெண்ணின் நிழல் அவளுக்குத் தெரிந்தது...

"மைனி எனக்கு ரொம்ப பயமா இருக்கு... அத்தைய பாக்கவே... நான் உங்க தம்பிக்கு போன் பண்ணுறேன்.." என சொல்லியபடி அவள் ரெபிண்டோவை அழைத்தாள்.

அங்கே ஏதேதோ எண்ணங்களின் பிடியில் சிக்கித் தவித்துக் கொண்டிருந்தவன்... தன் அலைபேசியைக் கையில் வைத்தபடி வீட்டிற்குத் தொடர்பு கொள்ளலாமா? என யோசித்தபடி இருந்தான்...

அப்போது அவனது மனைவி ரீனாவின் அழைப்பு வந்தது... படபடப்போடு அலைப்பேசியை எடுத்தான்...

மறுமுனையில் ஒரே விம்மல் சத்தம் தான் கேட்டது...

"ஏய்! என்ன ஆச்சுயே..? ஏய் சொல்லு... ஹலோ கேக்குதா..? ரீனா.. நான் பேசுறது கேக்குதா...? ஹலோ... ஹலோ..." எனக் கதறினான்.

"அம்மா... அம்மா..." என மறுமுனை விம்மலோடு ஏதோ சொல்லியது இவனுக்கு ஏதும் கேட்கவில்லை.

“ஏய்! நீ பேசுறது… எதுவும் கேட்கல… அம்மா.. அம்மாக்கு என்ன ஆச்சு…?”

“அம்மா…க்கு ரொம்ப முடியலப்பா… பயமா இருக்கு… நீங்க அம்மாகிட்ட பேசுங்க…” என போனை மெர்லினின் காதுகளில் வைத்தாள் ரீனா.

“அம்மா… நா(ன்) ரெபி பேசுறன்மா… ம்மா… கேக்குதா…” என உடைந்து பெருங்குரலெடுத்து அழத்துவங்கினான்.

மெர்லினின் கண்கள் அசைவற்று இருந்தது. அவளது உயிர் தொண்டைக்கும் நெஞ்சுக்கும் நடுவில் அடித்துக் கிடந்தது. அவளுக்கு ஏதோ ஒன்று சொல்ல வேண்டும் போல் தோன்றியது.. ஆனால் முடியவில்லை. அவளது உதடுகள் காய்ந்து போய் இருந்தது. ஏதோ தன்னைச் சுற்றி நடப்பதை அவள் உணர்ந்தும் உள்வாங்கிக் கொள்ளமுடியாமல் இருந்தாள்.

மெர்லினிடம் மெல்ல குனிந்து… “அம்மா உங்க மகன் ரெபி பேசுறாங்க… பேசுங்க…” என ரீனா சொல்லிப் பார்த்தாள். அவளது தொண்டைக் குழி ஏறியிறங்கியது கண்களின் இருபக்க ஓரங்களில் இருந்தும் கண்ணீர்த் துளிகள் உருண்டு ஓடியது… ஆனால் மெர்லினால் பேச முடியவில்லை. “ப்பா… அம்மாவால பேச முடியல. நாம பேசுறது அவுங்களுக்கு கேக்குது ஆனா அவங்களால திருப்பி பேச முடியல…”

“எனக்கு என்ன பண்ணுறதுன்னே தெரியல… இந்த நேரத்துல அம்மா கூட இருக்க முடியலியேன்னு ஒரே கஷ்டமா இருக்கு… நான் என்ன பாவம் பண்ணுனனோ இப்புடி ஒரு நேரத்துல அவங்க கூட இருக்க குடுத்து வக்காம போயிறிச்சு…”

“என்ன ஆச்சுப்பா? அம்மாவுக்கு சீரியஸா இருக்குன்னு சொல்லியும் உங்களுக்கு சைன் -ஆப் கெடக்கலியா?”

“இங்க நாங்க செயிலிங்ல வேற இருக்கோம்… அது மட்டுமில்லாம கேப்டன் கம்பெனிக்கு மெயில் மேல மெயில்

போட்டு எமெர்ஜென்சி ரிலீவிங்கு எனக்காக எவ்வளவோ ரிக்கமெண்ட் பண்ணி இருக்காரு... ஆனா கம்பெனி தரப்புல இருந்து எந்த பதிலும் இல்ல. ரிலீவர் கிடைக்கலன்னு நினைக்கேன் அதான் அவங்களால எனக்கு சைன் -ஆப் குடுக்க முடியல.. எங்க கேப்டன் ஒரு மலையாளி... ரொம்ப நல்ல மனுஷன் எவ்வளவோ எனக்காக பேசிப்பாத்திட்டாரு... ஒண்ணுமே முடியல... இப்படியொரு நெலம யாருக்குமே வரக்கூடாது..." எனச் சொல்லியபடி தேம்பித் தேம்பி அழத்துவங்கினான்.

அவளும் ஆறுதல் சொல்ல வார்த்தைகளற்று கலங்கினாள்.

"இங்க என்ன செய்யுறதுன்னே எங்களுக்கு தெரியலப்பா... ரொம்ப பயமா இருக்கு... சரி மதுரைக்கு அத்தைய கூட்டிட்டு போலாமான்னா.. அதுவும் இந்த நேரத்துல வேண்டாம்... இனி அவங்கள அலைய வைக்க வேண்டாம்ன்னு டாக்டரே சொல்லிட்டாரு... இவ்வளோ மோசமா நான் அம்மாவ பாத்ததே இல்லப்பா... எனக்கு ரொம்ப பயமா இருக்கு..." என மீண்டும் கலங்கினாள்.

"இப்ப யாரெல்லா இருக்கீங்க..வீட்ல?"

"எங்ககூட ஸ்டனிஸ்லாஸ் மாமாவும் அத்தையும் இருக்காங்க, ராபர்ட் அண்ணனும் மைனியும் நம்ம வீட்ல தான் இருக்காங்க... என்ன உங்க அக்கா மாப்ள தான் பெங்களூர்ல மாட்டிக்கிட்டாப்ல...அவருக்கு தகவல் சொல்லியாச்சு நாளை காலையில தான் அவரும் வருவாரு..போல"

"சரி! பயப்படாத... எப்பனாலும் என்னயக் கூப்பிடு... நீயும் போன கிட்டயே வச்சுக்க... நான் அப்பப்ப கூப்பிடுறேன்... அம்மாவால கொஞ்சம் முடிஞ்சாலும் எங்கிட்ட பேச வை... பாத்துக்கோயே..." என அவளுக்குச் சமாதானம் சொல்லியபடி வைத்தான்.

அவனுக்கு அப்போது மணி நடுச்சாமம் இரண்டு மணிக்கு மேல் ஆகியிருந்தது. சுத்தமாக தூக்கம் பிடிக்கவில்லை. மனம் முழுவதும் அவனது தாயின் நினைவுகள் ஆக்கிரமித்து இருந்தது. தன் வாழ்வை நினைத்து தானே நொந்து கொண்டான். என்ன சம்பாதித்து என்ன செய்ய? வாழ்வின் முக்கியமான கணங்களை இப்படிக் கடலில் தொலைத்துவிட்டு வாழ்வது ஒரு வாழ்வா? என மனம் குமைந்து கிடந்தது. ஏன் தனக்கு மட்டும் இப்படி ஒரு நிலை? என்ற கேள்வி மீண்டும் மீண்டும் அவனை வாட்டியது. இழக்கக் கூடாத வயதில் தந்தையை இழந்தவன். தந்தையின் இழப்பைக் கூட உணராத அளவிற்கு பொத்திப் பொத்தி வளர்த்த தாயின் இறுதி நேரங்களில் அவளோடு இருக்க முடியவில்லையே? அப்படி என்ன பாவம் செய்த பிறப்பைக் கொண்டோம் எனத் தன்னைத் தானே நொந்து கொண்டான்.

தன் அறையில் அவனால் அதற்கு மேல் இருக்க முடியவில்லை. ஏதோ மூச்சு திணறுவது போல இருந்தது. அவன் மெல்ல எழுந்து தன் அறையிருந்த டெக்கின் வெளிப்பகுதிக்கு வந்து நின்றான். கடல் கருநீலமாய் காட்சியளித்தது. குளிர்ந்த காற்று அவன் முகத்தில் அறைந்தது. அவன் தன் பையில் இருந்து சிகிரெட்டை எடுத்து பற்ற வைத்துக்கொண்டான்.

மெர்லினுக்கு சிகிரெட் புகை என்றாலே ஆகாது. அவள் அடிக்கடி இவனிடம் சொல்வாள்... “இந்த சனியனப் புடிச்சுதான் உங்கப்பா நம்மள விட்டுட்டு போனாரு... நீயும் அவர மாறியே வந்திருக்க... தயவு செய்து இந்த அம்மாவுக்காக இத மட்டும் விட்டுறியா...” என்பாள்.

அப்போது ஏனோ அது அவனது நினைவுகளுக்கு வந்தது. அதுவும் அவளது குரலிலே ஒலித்தது. மிகச்சரியாக அதேசமயம் மீண்டும் அவனது அலைபேசி சிணுங்கியது... அவன் எடுத்துவுடன் மறுமுனையில்...

“எப்பா.... அம்மா நம்மள விட்டுட்டு போயிட்டாங்கப்பா....” என பெருங்குரலெடுத்து ரீனா

அழுதாள். ஒரே அழுகுரலாய் அவனுக்குக் கேட்டது. அவனது அக்கா பிலோமியும் போனை வாங்கி... "எல... தம்பி நம்மள அம்மா அனாதையா விட்டுட்டு போயிட்டாங்க.... நீ எங்க இருக்க... எல தம்பி....அம்மா....ம்மாஆ..." எனக் கதறினாள்.

அவன் பேச்சற்று நின்று கொண்டிருந்தான். அவனது அலைபேசியில் அழுகைக்குரல்கள் மாறிமாறி ஒலித்துக்கொண்டிருந்தது... அவன் கண்கள் கடலைப் பார்த்த வண்ணம் இருந்தது. அவனது விரல் இடுக்கில் இருந்த சிகிரெட் காற்றின் காரணமாக புகைந்து கொண்டே வந்தது. புகைந்து வந்த சிகிரெட் தீயின் கங்குகள் அவன் விரலினைச் சுட்டவுடன் தன்னிச்சையாக தன் விரல்களை உதறியபடி... மீண்டும் தன் நினைவுக்கு வந்தவனாய்...

"அய்யோ அம்மா...ஆ நாம யாருக்கு என்ன பாவம் செஞ்சேன்னு தெரியலியே...? இல்ல யார் விட்ட சாவமோ தெரியலியேம்மா...? அம்மா நீ வேணும்மா... எனக்கு நீ வேணும்மா... உன் கடைசி நேரத்துல உங்கூட இருக்க முடியாத பாவியா ஆயிட்டேனம்மா... எங்களப் பொத்திபொத்தி பாத்துக்கிட்டீங்களே ஆனா இப்ப உங்கள கடைசியா பாக்கக்கூட எனக்கு குடுத்து வக்கலியே நா இருந்தும் நீங்க யாரும் இல்லாத மாறி போறீங்களே..." என பெருங்குரலெடுத்து அழத்துவங்கினான்.

ஆர்ப்பரித்துக் கிடந்த கடலின் சத்தத்தில் அவனது வலியின் ஓலம் கலந்த வண்ணம் இருந்தது... எல்லாம் அறிந்த கடலன்னைத் தன் மைந்தனின் கண்ணீர்த் துளிகளைத் தன் மடியில் ஏந்திக்கொண்டாள். கடலின் அலைகளும் மீகாமன்களின் துயர்களும் ஒருபோதும் ஓய்வதில்லை!

◇◆◇

06 கிளிஞ்சல்கள்

அது ஒரு அழகிய கடற்கரைக் கிராமம். ஊரின் நடுவே ஒரு சூசையப்பர் ஆலயம். அதனை மையமாகக் கொண்டு ஊர் கிழக்கும் மேற்குமாக விரிந்து கிடந்தது. மொத்தமாக இருநூறுக்கும் குறைவான பரதவக் குடும்பங்கள் வசிக்கும் ஊர் அது. வங்கக்கடல் தான் ஊரின் வாழ்வாதாரம். கடலின் கரையோரத்தில் வரிசையாக பைபர் வல்லங்கள் அணிவகுத்துக் கிடந்தது. அதன் மீது வலைகுவியல்கள். ஆங்காங்கே புளியமரங்களும் தென்னை மரங்களுமாய் வங்கக்கடல் நோக்கி இருந்த வீடுகளின் நடுவே அலையோசைக்கு தலையசைத்து நின்றது.

அவனுக்கு எல்லாமே புதிதாய் இருந்தது. எப்படி கடலுக்கு நேர் எதிராக கொஞ்சமும் அச்சமின்றி இப்படி வீடுகட்டி மனிதர்கள் வாழுகிறார்கள்? எனத் தோன்றியது. கடலுக்கும் அவன் வந்திருக்கும் அவனது நண்பனின் வீட்டிற்கும் வெறும் ஐம்பதில் இருந்து நூறடிக்குள் தான் தூரம் இருக்கும். வாசலில் நின்றால் வங்கக்கடலின் அலைகள் தான் வரவேற்கும். வீட்டின் முன்பாக இரண்டு தென்னை மரங்கள் நின்றது அழகான ஒரு இயற்கை ஓவியத்தில் காண்பது போல். அவனுக்கு தான் எல்லாமே வியப்பாய் இருந்ததேயொழிய அங்கிருந்த மனிதர்கள் மிக இயல்பாகவே இவனோடு ஒன்றிப்போனார்கள்.

அவன் தன் நண்பனின் அக்காவின் திருமணத்திற்காக அங்கு வந்திருந்தான். பிரவீன் அவனோடு கல்லூரியில் மெக்கானிக்கல் இன்ஜினியரிங் படிக்கும் போது அறிமுகமான நண்பன். பிரவீன் ஆள் தான் முரடாய் இருந்தாலும் இவன் மீது அத்தனை அன்பைப் பொழிவான். கல்லூரியில் முதலாண்டு இவனைச் சீனியர் மாணவர்கள் ராகிங் செய்தபோது

ஒருகட்டத்துக்கு மேல் பொறுக்க முடியாமல் இவனுக்காக அவர்களோடு மல்லுக்கட்டி நண்பனாகியவன். கல்லூரியில் படிக்கும் காலத்தில் பலமுறை இவனை பிரவீன் தன் வீட்டிற்கு விடுமுறையின் போது அழைத்திருந்தாலும் இவனால் வர முடிந்ததில்லை. ஆனால் இவனது வீட்டிற்கு பலமுறை பிரவீன் சென்று தங்கியிருந்துள்ளான். அப்படி போகும் நேரங்களில் எல்லாம் தன் ஊரைப்பற்றி இவனிடம் பிரவீன் சொல்லியதுண்டு. இவனுக்கும் ஆசை இருந்தாலும் பெற்றோரின் ஒரே செல்லப்பிள்ளை ஆதலால் இவனை எங்கும் அவர்கள் தனித்து அனுப்பியதில்லை. மிகவும் செல்வமான சூழலில் வளர்ந்தவன். இவனது தந்தை மதுரையின் மிக முக்கியமான தங்கநகைக்கடை அதிபர்களில் ஒருவர்.

இவனைப் பொறுத்தவரை வீடு என்பது கார் நிறுத்தும் போர்டிகோவில் துவங்கி வாழும் அறை, படுக்கைக்கு தனியறைகள், சமையல் அறை, சாப்பிடும் அறை, மாடியில் படிப்பதற்கு தனியறை என பிரம்மாண்டமான கட்டிடங்களைக் கொண்டதேயாகும். ஆனால், இங்கு அவன் காண்பது முற்றிலும் வேறொரு உலகம். இங்கோ வீடுகள் என்பதாய் வங்கக்கரையையே வாழ்வதற்கான இடமாய் வாரியெடுத்து வைத்திருந்தார்கள். எல்லா வீட்டின் தலைவாசல்களும் திறந்தே கிடந்தது... இரவு, பகல் பேதமின்றி! அத்தனை வாஞ்சையும், அன்பும் நிறைந்த மனிதர்களாக இருந்தனர். ஒரு புதிய மனிதனாக அவனை அங்கே யாரும் பார்க்கவில்லை என்பதே அவனுக்குப் பெரும் ஆச்சர்யத்தைக் கொடுத்தது. பிரவீனின் நண்பன் என்பதெல்லாம் வெறும் ஆரம்ப அறிமுகத்துக்கு கூட தேவைப்படவில்லை. ஏதோ அவர்களில் ஒருவனாகவே அவனை எதிர்கொள்ளும் யாரும் அவனிடம் நடந்துகொண்டார்கள்... நடத்தினார்கள்!

"எல மக்கா... ராமா! கொஞ்சம் எங்கூட வாயேன்... நம்ம சாமி பங்களாவுக்கு போயி மண்டபத்து சாவிய வாங்கிட்டு அத தூத்து பெருக்க ஆள்க்கமாறை விட்டிட்டு வந்திருவோம்... சரியா? சாயிந்திரம் சேலை சட்டை பங்ஷன் இருக்கு பாரு.." என அவனை இழுத்துக்கொண்டு பிரவீன் சாமியார் பங்களாவுக்குச் சென்றான்.

அது கோயிலின் பின்புறம் ஊரின் அரசு மேல்நிலைப்பள்ளியின் சுவற்றை ஒட்டி அமைந்திருந்தது. ஆம்! கத்தோலிக்க திருச்சபை சார்பில் ஆரம்பிக்கப்பட்ட பள்ளிதான் அந்த புனித சூசையப்பர் மேல்நிலைப்பள்ளி. தற்போது அரசின் உதவியோடு செயல்பட்டு வருகிறது. அவ்வூரின் படித்த பிள்ளைகளுக்கு முன்னுரிமை அடிப்படையில் அங்கே ஆசிரியர் வேலைகள் வழங்கப்பட்டு வந்தது. அந்த மேல்நிலைப்பள்ளியின் கணித ஆசிரியராக பிரவீனின் அப்பா சந்தகுரூஸ் பணியாற்றி வந்தார்.

சாமியாரின் பங்களா பழைய கட்டிடமாக இருந்தது. நல்ல பிரம்மாண்டமாய் அமைந்த மிகப்பெரும் கட்டிட அமைப்பு. மாடியிலும் அறைகள் கொண்டிருந்தது. கேரளத்தின் ஓடுகளால் வேயப்பட்டு இருந்தது. பங்களாவின் முன்பாக பெரிய மரத்தாலான கதவும் அந்த முற்றத்தில் வரிசையாக அடுக்கப்பட்டிருந்த பூத்தொட்டிகளும் அதற்கு இன்னமும் கம்பீரத்தையும், எழிலையும் கொடுத்தது. நல்ல மூங்கில் சாய்வு நாற்காலியில் இயற்கைக் காற்றை அனுபவித்தபடி அமர்ந்திருந்த பங்குத்தந்தை இவர்கள் கேட்டைத் திறந்தவுடன் தலையை நிமர்த்தி கண்களைச் சுருக்கி பார்த்தபடி...

“ஏ! யாருடே அது கல்யாண வீட்டுகாரவுகளா...? என்னடே இந்தப்பக்கம் காத்தடிக்கு?”

“தோத்திரம் பாதர்... அப்பா உங்ககிட்ட மண்டபத்து சாவிய வாங்கிட்டு வரச்சொன்னாவ... சுத்தம் பண்ணனும்ல..”

“சரி இரு வாரேன்...” என எழமுடியாமல் ஒருவழியாய் தன் கனத்த சரீரத்தைத் தூக்கியபடி எழுந்தவர் தன் அலுவல் அறைக்குள் சென்று விளக்கினைப் போட்டபடி உள்ளிருந்தவாறே “லேய் மக்கா... உள்ள வாடே..” எனச் சத்தம் கொடுத்தார். இருவரும் உள்ளே சென்றார்கள்.

“ஏ! மக்கா... இந்தா டே சாவி. இதுல மூணு சாவி இருக்கு பாத்துக்க... இது காம்பவுண்ட் வாசல் சாவி, இது குசினி அறை சாவி, இந்த நீளமான சாவி மண்டபத்து தலைவாசலோடது புரிஞ்சுதா? தொலைச்சிரப்பிடாது...

பத்திரோம் பாத்துக்க... மேல டாங்கி இருக்கு மோட்டர் போட்டா போர் தண்ணி ஏறும் மத்ததுக்கு நல்ல தண்ணி நீங்க தாண்டே புடிச்சுக்கனும்... நம்ம சேவியர் பப்பா மவன்கிட்ட சொன்னா அதப் பாத்துக்குவான்... வெளங்குச்சா?"

"சாமி.. பொறவு சாயிங்காலம் ஆறரை எழு மணிக்குள்ள கோயில்ல வந்து ஜெபிச்சிட்டு சேலை சட்ட அங்கிருந்து எடுத்துட்டு மண்டபத்துக்கு மாப்பிள்ளை வீட்டுக்காரங்க வருவாங்கன்னு அப்பா சொல்லச் சொன்னவ... நீங்க மறந்துராதிய வந்துருங்க..."

அவர் தலையசைத்தபடி அவர்களை வழியனுப்பி வைத்தார்.

"அது என்ன மாப்ள சேலை சட்டை பங்ஷன்?"

"ஒனக்கு தெரியாதுல்ல... இது இங்க கல்யாணத்துக்கு முந்துன நாளு மாப்பிள்ளை வீட்டுக்காரங்க பொண்ணுக்கு தேவையான கல்யாணச்சேலை, சட்டை, நகைகள், பூ, பழங்கள், அலங்கார பொருள்கள்னு எல்லாம் தட்டுத் தாம்பாழத்தோட ஊர்வலமா பொண்ணுக்கான சீர்வரிசைகளை எடுத்துட்டு வருவாங்க... அப்படி வரும் மாப்பிள்ளை வீட்டுக்காரங்களை வரவேத்து அவுங்க குடுக்குற சீர்வரிசைகளை வாங்கிகிட்டு வந்தவங்களுக்கு சாப்பாடு போட்டு கவனிச்சு அனுப்புறத்துக்கு இங்க சேலை சட்டைன்னு சொல்வாங்க..."

"எங்க பக்கங்கள்ள பொண்ணு வீட்ல இருந்து தான் மாப்பிள்ளைக்கு சீர் கொடுப்பாங்க இங்க எல்லாம் தலைகீழா இருக்கே மாப்ள? பொண்ணைப் பெத்தவங்களுக்கு தான் இங்க வரவு போல?"

"மாப்ள! நீ வேற... முன்னாடி காலத்துல நீ சொன்ன மாறி பொண்ணுக்கு தான் மரியாதை இருந்துருக்கு... அப்படி சடங்கு தான் இது. ஆனா இப்போ இது சடங்காத்தான் நடக்கு... அவுங்க சீர்வரிசையை சேலை சட்டையா கொண்டு வருவாங்க ஊருக்கு விமர்சையா... ஆனா நாம கொடுக்குறது பொதுவுல தெரியாது. ஒனக்கு தெரியாதா உங்க கடையிலையே

அப்பா ஐம்பது பவுனு வாங்குனாருல்ல... அத அக்காவுக்கு போட்டது போக மச்சானுக்கு நான் போடுற மாப்ள செயின் அஞ்சு பவுனு அது போக ரொக்கம் மூணு லட்சம்... இனி கல்யாணச் செலவு எல்லாம் இருக்குடே.... இதுல வரவு எங்கிருந்து வரும்?"

அவர்கள் பேசியபடியே கல்யாண மண்டபத்துக்கு சென்று அதனைச் சுத்தம் செய்வதற்கு ஆட்களை நியமித்து விட்டு, குடிநீருக்கு சாமி சொல்லியது போல சேவியர் பப்பா மகனிடம் நினைவூட்டிவிட்டு ஒருவழியாய் பசியோடு வீடு திரும்பினர். கல்யாண வீட்டின் வேலைகளில் பிரவீனோடு இணைந்து அவனும் நேரம்காலம் போவது தெரியாமல் பரபரத்துக் கிடந்தான்.

அந்திசாயும் நேரம் சேலை சட்டையுடன் மாப்பிள்ளை வீட்டார் வரும் முன் இவர்களும் அடித்துப் பிடித்து கிளம்பி மணப்பெண்ணை அழைத்துக்கொண்டு இவன் கொண்டு வந்திருந்த போர்டு எக்கோ ஸ்போர்டு காரில் மண்டபம் வந்து சேர்ந்திருந்தனர். உறவுகளின் படையெடுப்பு கொஞ்சம் கொஞ்சமாக நடந்தேறிக் கொண்டு இருந்தது. மண்டபம் உறவுகளின் உரையாடலால் கலக்கலாய் மாறிவிட்டிருந்தது. ஒருவழியாய் மேள தாளத்துடன் மாப்பிள்ளை வீட்டாரும் சீர்வரிசைகளை அவர்களின் உறவுக்கார இளம் பெண்கள் ஏந்தியபடி கொண்டு வந்தனர்.

அப்போது தான் அவன் அந்தக் கூட்டத்தில் கைகளில் பழங்கள் நிறைந்த தட்டை ஏந்தி நின்றிருந்த இளமங்கையைப் பார்த்தான். ஒருவகை மஞ்சள் நிறத்தில் அவள் ஜொலித்தாள். ஒரேயொரு கல்மாலை தான் அணிந்திருந்தாள்... அது அவளது வெண்சங்குக் கழுத்தை மேலும் ஒளியூட்டிக் கிடந்தது. அந்தக் கண்கள் எதிர்பாராமல் தொட்டுவிட்ட பட்டாம்பூச்சியைப் போல அடித்துக் கொண்டிருந்தது. மஞ்சளும், பச்சையும் கலந்து அவள் அணிந்திருந்த சுடிதார் அவளுக்கென்று செய்தது போல் இருந்தது. அவள் கைகளில் பழத்தட்டேந்தி இருந்த விதம்... கனியிருக்க அவனைக் காய் கவர்ந்திற்று!

ஒருசில நொடிகள் தான் அவனது கண்களும் அவளது விழிகளும் நேருக்கு நேர் மோதிக்கொண்டது... அந்தக்கணத்தில் ஏதோ மின்சாரம் பாய்ந்ததைப் போல் உணர்ந்தான். இதுவரை எத்தனையோ பெண்களைப் பார்த்திருக்கிறான். அவர்கள் கல்லூரியில் படித்த காலத்தில் கூட இப்படி எந்தப் பெண்ணும் அவனைக் கவர்ந்ததில்லை! அந்தக் கணத்தில் அவன் அனுபவித்த அந்த உணர்வை அவனால் சொற்களில் வடிக்க முடியவில்லை.

அவன் தான் எங்கிருக்கிறோம்... எதற்காக வந்திருக்கிறோம்... என்ன செய்து கொண்டிருக்கிறோம் என எல்லாவற்றையும் மறந்து போனான். மீண்டுமொரு முறை அவளது அந்தக் கண்களை நேர்கொண்டுவிட மாட்டோமா? என நினைத்து நினைத்து அவள் பார்வை படும் இடங்களில் எல்லாம் காட்சியாகிப் போனான். ஒருபக்கம் விழா நடந்தேறிக் கொண்டிருந்தது மறுபக்கம் இவன் அவள் பக்கம் விழுந்து போயிருந்தான். சீர்வரிசைகள் மணமகளுக்கு கொடுக்கப்பட்டு அவளுக்கு மாப்பிள்ளை வீட்டார் சார்பில் மாப்பிள்ளையின் சகோதரி முறை கொண்டோர் மாலையிட்டு சந்தனம் பூசி சடங்கு செய்தனர். அப்போது அவர்களில் ஒருத்தியாக இவளும் மணப்பெண்ணிற்கு சடங்கு செய்ய மேடை ஏறினாள். இவனும் தாவிக்குதித்து மேடைக்கு வந்தவன் பிரவீனைத் தள்ளியபடி அவளுக்கு எதிரே மணப்பெண்ணிற்கு அருகே சென்று நின்று கொண்டான்.

"ஏ! மக்கா.. அந்த செவத்த பயல கொஞ்சம் நவுண்டு நிக்கச் சொல்லு... சடங்க படம் புடிக்கனுமா வேண்டாமாடே?" எனப் புகைப்படக்காரர் இவனைச் சுட்டிக்காட்டி சத்தமிட்டபோது அவள் இவனை மெல்ல ஏறிட்டுப் பார்த்தபடி தன் இதழ்களை மெல்ல விரித்தாள்... இவன் மலர்ந்து போனான். இப்படிப்பட்ட பல மின்சாரக் கணங்களை அவள் அவ்வப்போது அவனுக்குப் பரிசளித்துக் கொண்டிருந்தாள்.

சீர்வரிசை, சடங்குகள் புகைப்பட அணிவகுப்புகள் எல்லாம் நடந்தேறி முடியும் தருவாயில் மாலை உணவுக்காக அனைவரும் பந்திக்கு செல்லத் துவங்கினார்கள். இவனும் ஆளும் பேருமாய் பரிமாறும் வேலையில் தன்னை ஈடுபடுத்திக் கொண்டான். மிகக் கவனமாக அவள் அமர்ந்திருந்த வரிசையில் கறி வாளியைத் தூக்கியபடி பரிமாறிக் கொண்டு சென்றான். அவள் தன் தோழிகளோடு அமர்ந்திருந்தாள். இல்லையில்லை அவனைப் பொறுத்தவரை தோழிகளுக்கு நடுவே காட்சி அருளிக்கொண்டிருந்தாள். இவனுக்கு முன்னால் பரிமாறியவன் இட்லியை வைத்தவுடன் இவன் கறிக்கொழம்பு ஊற்றிக் கொண்டு சென்றான்... அவள் அருகே வந்தவுடன் அவளுக்காக நல்ல கறித்துண்டுகளை தேடி எடுத்து வைத்தபடி இருந்தான்.

"ஐயோ... போதுங்க.." எனச் சிணுங்கினாள்.

"அய்யோ! நீங்க மாப்பிள்ளை வீட்டு ஆளுங்க அப்படியெல்லாம் சொல்லக் கூடாது.. நல்லா உரிமையோட கேட்டு வாங்கி சாப்பிடனும்... நீங்க கேட்டதை குடுக்குறதுக்கு தானே நான் இருக்கேன்..."

"அண்ணே! நாங்களும் மாப்பிள்ளை வீடுதான் எங்களுக்கும் கறி வைக்கலாம்..." என பக்கத்து இலையில் அமர்ந்திருந்தவள் கேட்கவும் இவன் வேண்டா வெறுப்பாய் நகர்ந்து பக்கத்து இலைக்குக் கடனே என பரிமாறியபடி... "பாத்து இராத்திரி நேரம் கறி ரொம்ப சாப்பிட்டா ஜீரணமாகாது..." எனச் சொல்லிவிட்டு அவர்களைக் கடந்து சென்றான். அப்போதும் அவள் இவனைப் பார்த்து 'க்ளுக்..' எனச் சிரித்தபடி மீண்டுமொருமுறை மின்சாரத்தைப் பாய்ச்சினாள்.

அந்தநாளை அவன்... தன் வாழ்வில் மறக்க முடியாத ஒன்றாய் அவள் மாற்றிச் சென்றதாய் உணர்ந்தான். அன்றைய நிகழ்வு முழுவதும் அவளது நிழலாகிப்போனான். அவளது மணம் அவன் மீது படிந்துவிட்டதை அவனால் உணர முடிந்தது. அதுவே அவனுக்கு ஒருவிதக் கிறக்கத்தை அளித்தது. எல்லாம் முடிந்து மண்டபம் காலியான பின்பு இவனும்,

பிரவீனும் மட்டும் மறுநாள் கல்யாணத்தன்று செய்ய வேண்டிய வேலைகளுக்கான பட்டியலை உரியவர்களிடம் நினைவூட்டிவிட்டு வீட்டிற்குச் செல்ல இவனது காரில் ஏறினார்கள்.

"மாப்ள! செம ஓடம்பு வலியா இருக்கு ஒரு பெக்கை போடுவோமா?"

இவனுக்கும் அது அந்நேரத்தில் அவனிடம் பேசுவதற்கு தேவைப்பட்டது. உடனே அவன் தன் வண்டிக்குள் இருந்து கொஞ்சம் குடித்துவிட்டு மீதம் வைத்திருந்த செயிண்ட் ரெமி பிராந்தியை எடுத்தான்.

"டேய் மாப்ள... டாஷ் போர்டை தொற அதுல இரண்டு கிளாஸ் இருக்கு எடு!" என்றவன் தன் சீட்டின் அருகே இருந்த தண்ணி பாட்டிலையும் எடுத்தான். இருவரும் காரில் அமர்ந்து ஏ.சி.யை ஓடவிட்டபடி சரக்கடிக்கத் துவங்கினார்கள் இரண்டாவது ரவுண்டை ஒரே மடக்கில் குடித்துவிட்டு வைத்தவன்..

"மச்சி... நான் ஒண்ணு கேட்டா நீ தப்பா நெனைக்க மாட்டியே?"

"என்னடே... ஏதோ பெருசா கேக்கப் போற மாறி இருக்கே... சரி சொல்லு?"

"மச்சி... யாருடா அந்தப் பொண்ணு?"

"என்னது பொண்ணா? நம்பவே முடியலையேடா... ஒனக்கு தான் அந்த ஏரியாவே ஆகாதே?"

"நான் என்ன சாமியாராடா?"

"சரி சொல்லு கேப்போம்..."

"இல்ல மச்சி... அந்தத் தட்டு தூக்கிட்டு வந்துச்சே அந்தப்பொண்ணுடா.."

"டேய் இருபது புள்ளைக தட்டு தூக்கிட்டு வந்துச்சுக... நீ யாரை சொல்ற?"

"அந்த பழத்தட்டோட வந்த பொண்ணு... நம்ம அக்காவுக்கு சடங்கு பாத்துச்சே அப்போ கூட போட்டோகிராபர் என்னைப் பாத்து இடஞ்சலா நிக்கிறதா சொல்லி கத்துனானே அந்தப் பொண்ணுடா... மஞ்சளும், பச்சையுமா சுடிதார் போட்ட புள்ளைடா..."

"ஓ! குரூஸ் மாமா பொண்ணை சொல்றியா? அதுசரி... எங்க ஊருலயே பெரிய கடலாடி அவர்தான்... நம்ம ஊர் தலைவராகவும் இருந்தவரு..."

"அதெல்லாம் இருக்கட்டும் அந்தப் பொண்ணு பேர் என்னடா மச்சி?"

"அதானே... நீ ரொம்ப தெளிவாத்தான் இருக்க... அவ பேரு ஸ்வீட்லின்..."

"ஸ்வீட்லின்... செம பேருல..."

"பரவை முனியம்மான்னு சொல்லி இருந்தாலும் நீ இதைத்தான் சொல்லி இருப்ப..."

"மச்சி... உனக்கே தெரியும் நான் இப்படியெல்லாம் எப்பவும் பேசுனதில்லை... ஆனா அவளை இன்னைக்கு பார்த்த பிறகு ஒருமாறி ஆயிடுச்சுடா... அவ கண்ணை என்னால எதிர்கொள்ளவே முடியல... ஏதோ பண்ணுதுடா... இப்பவும் அவ வாசம் எம்மேல அடிக்குதுனா பாத்துக்கோயேன்..."

"அவ சின்ன புள்ள டா... அவளுக்கே இப்படி சொல்றியே அவ அக்காள பாத்துருக்கனுமே எம் மைனிக்காரி அப்படி இருப்பா... போன வருஷந்தான் கல்யாணம் ஆச்சு... எனக்கெல்லாம் மனசே செத்து போச்சுன்னா பாத்துக்கோயேன்... அத விட அவ அம்மா எங்க குருஸ் மாமா பெண்ஜாதி இருக்கே....அவருக்கு அது டூ டூ மச் டா..."

"டேய்... லூசுப் பயலே நான் என்ன பீலிங்ல சொல்லிட்டு இருக்கேன்... நீ பாட்டுக்கு ஏதேதோ உளறிக்கிட்டு இருக்க?"

"சாரி மச்சா... ஒன் ஆளோட வீட்டுல உள்ளவங்களைச் சொன்ன ஒடனே ஒனக்கு கோவம் வந்திடுச்சா..?"

மேற்கொண்டு பிரவீனிடம் பேசிப் பயனில்லை என அவன் உணர்ந்து கொண்டான். மேலும் அவன் தற்போது இருக்கும் நிலையில் இப்பேச்சை நீட்டிப்பது சரியல்ல எனவும் தோன்றியது. வேறு ஏதேதோ விஷயங்கள் பேசியபடி இன்னும் இரண்டு லார்ஜ்களை அடித்துவிட்டு வண்டியைக் கோவில் வாசலில் நிறுத்திவிட்டு ஒருவழியாய் இரவு வீடு வந்து சேர்ந்தனர்.

மறுநாள் அதிகாலையில் அவரவர் எழுந்து கல்யாணத்துக்கு தயாராகத் துவங்கினர். கல்யாண முகூர்த்த தயாரிப்பு வேலைகள் பரபரப்பாக நடந்தேறியது. ஆனால் அவனது நினைவுகள் முழுவதும் ஸ்வீட்லின் ஆக்கிரமித்துக் கிடந்தாள். அவனும் புது மாப்பிள்ளை போல மிக நேர்த்தியாக ஆடைகள் உடுத்தி அவளைக் காணும் ஆவலில் முன்னிலும் உற்சாகமாக கிளம்பி விட்டிருந்தான். அவனது காரைத்தான் மணமகள் வண்டியாக ஜோடித்து இருந்தார்கள். ஒருவழியாய் அனைவரும் காலை ஒன்பதரை மணிக்கு கோவிலுக்குச் சென்றார்கள். மாப்பிள்ளை வீட்டாரும் மிகச்சரியாக வந்து சேர கல்யாணப் பூசை சூசையப்பர் கோவிலில் துவங்கியது. இவனது கண்களோ அவளைத் தேடி அலைந்து கொண்டிருந்தது.

அப்போது அவள் பூசையில் பைபிள் வாசகம் வாசிப்பதற்கு பீடத்திற்கு வந்தாள். இவனுக்கு அவளைக் கண்ட பின் தான் மூச்சே வந்தது. அவளது குரல் கணீரென்று ஒலித்தது. மகுடிக்கு மயங்குவதாகச் சொல்லப்படும் பாம்பைப் போல அவளது குரலில் சொக்கிக்கிடந்தான். அவள் ஒருவழியாக "இப்படிக்கு இறைவாக்கு அருளப்பட்டது" எனச் சொல்லி முடித்தவுடன் தன்னுணர்வு அற்றவனாக தன் கைகளை ஓங்கித் தட்டிவிட்டான். அங்கு நிலவிய பேரமைதியில் இவன் கைகளைத் தட்டி எழுப்பிய ஒலியால் ஒட்டுமொத்தக் கோவிலும் அவனை ஒருவிநோத ஜந்துவாகப் பார்த்தது. அவளோ வெட்கத்தோடு ஓடிவிட்டாள்.

இப்படியாக பூசையில் துவங்கி அன்றைய நாள் முழுவதும் அவளைப் பார்த்தபடியே அவன் தன்னிலை இழந்து திரிந்து வந்தான். எப்படியாவது அவளிடம் பேசிவிட வேண்டும் என அவனது மனம் துடித்தது. ஆனால் அவள் எப்போதும் ஒரு கூட்டம் சூழவே நின்று கொண்டிருந்தாள். அவனால் அவளிடம் தனியாகச் சென்று பேசுவதற்கு வாய்ப்பே கிடைக்கவில்லை. ஆனால், அதேசமயம் அவளுக்கு தெரிந்துவிட்டிருந்தது அவன் தன்னைத்தான் சுற்றி வருகிறான் என்று. அவளுக்கும் உள்ளூர அவன் குறித்து குறுகுறுப்பான

எண்ணம் ஓடிய வண்ணமே இருந்தது. ஏனெனில் நல்ல கம்பீரமான உடல்மொழியைக் கொண்டிருந்தான். மேலும் அவனது பார்வை அவளுக்குள் ஊடுறுவி அவளையும் ஏதோ செய்து விட்டிருந்தது. ஆனாலும் அவனது அந்தத் தவிப்பை அவள் ரசிக்கவே செய்தாள்.

அவன் அவளை நெருங்கிப் பேச முயற்சித்து தொடர்ந்து தோற்றுக் கொண்டே இருந்தான். அப்போது அவள் மணமகள் அறைக்குள் தனியாக எதற்கோ சென்றாள். ஏதோ பொறி தட்டியதைப் போல் பரபரப்பாக நேரே தன் நண்பன் பிரவீனிடம் சென்று "மச்சி... உன்னைய அம்மா எதுக்கோ மணமகள் அறைக்கு அவசரமா வரச்சொன்னாங்க" என அழைத்துக்கொண்டு மணமகள் அறைக்குள் சென்றான். அப்போது அங்கே எதையோ தேடியபடி ஸ்வீட்லின் மட்டும் நின்று கொண்டிருந்தாள். உள்ளே நுழைந்தவுடன் பிரவீனுக்கு இவன் வேலை புரிந்து போய்விட்டது.

"டேய்... அங்க எவ்வளவு வேலை கெடக்கு... என்னைய ஏண்டா இங்க கூட்டிட்டு வந்த?"

"இரு மச்சி..." என்றபடி அவன் ஸ்வீட்லின் அருகே சென்று "ஒருநிமிஷம் உங்ககிட்ட பேசனும்..." என்றான்.

"எங்கிட்ட பேச என்ன இருக்கு... நான் போகனும்"

"கொஞ்சம் நில்லுங்க... ஒரு இரண்டு நிமிஷம் குடுங்க..."

"என்னைப் பத்தி என்ன தெரியும்னு பேச வந்துட்டீங்க?"

"நான் ஒண்ணும் ஜோசியக்காரன் இல்ல... உங்களப் பத்தி நீங்க சொல்லாம தெரிஞ்சு வச்சுகிட்டு பேச... நான் என்னைப் பத்தி சொல்லனும்"

"டேய்! அங்க வெளியில ஊரே கூடி நிக்கி... நீ என்னைய வச்சுகிட்டு காமெடி பண்ணிகிட்டு இருக்கியா?"

"நீ ஒரு ரெண்டு நிமிஷம் பேசாம இருக்கியா..? ப்ளீஸ்!" என்றபடி அவளைப் பார்த்து தொடர்ந்தான் "இங்கப் பாருங்க இவன் என் பிரண்ட்... நான் இந்தக் கல்யாணத்துக்காகத் தான்

மதுரையில இருந்து வந்திருக்கேன்... எம் பேரு ராமகிருஷ்ணன்... ராமான்னு கூப்பிடுவாங்க. எங்க அம்மா-அப்பாவுக்கு ஒரே மகன். சின்னதா நகைக்கடை வச்சு தொழில் செய்யிறோம்... எனக்கு உங்களை ரொம்ப பிடிச்சிருக்கு! உங்களுக்கும் பிடிச்சிருக்குனு தெரியும்!" எனப் பேசிக்கொண்டிருக்கும் போதே அவள் கையில் இருந்த மொபைல் போனைப் பிடுங்கி மிக அநாயசமாக அவளது செக்யூரிட்டி பேர்டனை வரைந்து உள்நுழைந்து இவனது எண்ணைப் பதிந்துவிட்டு அவளிடம் நீட்டினான்.

"என்னோட நம்பரை இதுல பதிஞ்சிட்டேன்... இப்போ எந்த பதிலும் நீங்க சொல்ல வேண்டாம்... சாரி! உங்க நேரத்தை எடுத்துகிட்டதுக்கு நீங்க கௌம்பலாம்..." என வழியனுப்பி விட்டு "மச்சி! தாங்க்ஸ் டா.. போலாம் வா.." என பிரவீனை அழைத்துக் கொண்டு இயல்பாக வெளியே வந்தான். "டேய்... லூசுப்பயலே நீ என்ன காரியம் பண்ணி வச்சிருக்கேன்னு ஒனக்குப் புரியுதா?"

"மச்சி... இன்னமும் ஒனக்கு வேலை இருக்கு... மொதல்ல அதைப் பாரு நாம பெறவு பேசுவோம்.."

ஸ்வீட்லின் இந்தத் திடீர் நிகழ்வை அவனிடமிருந்து கொஞ்சமும் எதிர்பார்க்கவில்லை. அவளுக்கு ஒன்றுமே புரியவில்லை. எப்படி அவளது செல்போன் பேர்டனை அவன் அறிந்து கொண்டான்? எந்த நம்பிக்கையில் அவனது செல்போன் எண்ணைப் பதிந்து கொடுத்தான்? எப்படி அத்தனை உறுதியாக அவளுக்கும் தன்னைப் பிடித்திருக்கு என அறிவித்தான்? எனக் குழம்பிப்போனாள். ஆனாலும், அவன் தன்னை அவளிடம் வெளிப்படுத்திய விதம் அவளுக்குப் பிடித்திருந்தது. ஆனால், அதை யாருமற்ற தனிமையில் அவன் செய்திருக்க வேண்டும் எனத் தோன்றியது. அது ஒன்றுதான் அவன் மேல் கோபத்தை வரவழைத்தது. 'இத்தனையும் செய்துவிட்டு இன்றே ஊருக்கு வேறு கிளம்புகிறானாம்..' என தனக்குள் பேசிக்கொண்டாள்.

ஒருவழியாக எல்லாம் முடிந்து அவன் பிரவீன் வீட்டாரிடம் சொல்லிக்கொண்டு விடைபெற்றான்... அவனை வழியனுப்பி வைக்க வந்த பிரவீன்... அவன் காரில் ஏறிச் செல்லும் முன்... "எல்லாத்துக்கும் தாங்க்ஸ் டா... மச்சி நேத்து நீ சொல்லும் போது கூட நான் விளையாட்டா தான் எடுத்துக்கிட்டேன்... ஆனா இன்னைக்கி நீ நடந்துகிட்ட விதம் எனக்கு உண்மையாகவே அதிர்ச்சியா இருக்கு... பாவம் அதுவும் சின்னப்புள்ள... நீ புரிஞ்சுக்க... உனக்கு இருக்குற வசதிக்கு இப்படி ஒரு கிராமத்துல பொண்ணு எடுக்க உங்க அம்மா-அப்பா மொதல்ல ஒத்துக்குவாங்களா? ஒரு இரண்டு நாள் இங்க உன்னால சேர்ந்தாப்ல இருக்க முடியுமா? இப்படி எதையும் யோசிக்காம நீ பாட்டுக்கு அந்த புள்ளைக்கிட்ட ஏதேதோ பேசிட்ட... இப்பவும் ஒண்ணும் கெட்டுப்போகல நான் பாத்துகிறேன்... நீ யோசிக்காம பத்திரமா கிளம்பு.."

"பேசி முடிச்சிட்டிய்யா... உங்க வீட்டு கல்யாணத்துக்கு நான் இங்க வரலாம்... ஆனா எனக்கு கல்யாணம் பண்ண இங்க வரக்கூடாதுன்னு சொல்றியா?"

"டேய்... நான் எந்த அர்த்தத்துல பேசுறேன்... நீ என்ன பேசுற?"

"மச்சி எல்லாம் தெரிஞ்சு தான் நான் அவகிட்ட என் நம்பரைக் கொடுத்திருக்கேன்... நீ வேணா பாரு... அவ மட்டும் சரினு சொல்லிட்டா... நான் அடுத்த நாளே இங்க எங்க அம்மா-அப்பாவோட வந்து நிக்கேன்... நீ என் வீட்டுல ஒருத்தனா என் கூட நிப்பல்ல..."

"என்ன மக்கா... இப்படி கேட்டுட்ட... எல்லாம் உன் மனசுபடி நடக்கும்... அம்மா-அப்பாவைக் கேட்டதா சொல்லு... ஊருக்கு போயிட்டு கால் பண்ணு... சரியா?"
அதற்குள் அவன் வாட்ஸ்-அப் மெசேஜ் சத்தம் கேட்டது. அவன் அதனை எடுத்துப் பார்த்தான்.

'ஆண்: காதல் என்னும் தேர்வெழுதி காத்திருந்த
மாணவன் நான்!

பெண்: போங்க தம்பி! போய் புள்ள குட்டிகளைப் படிக்க வைக்கிற வேலையைப் பாருங்க…' என ஒரு எண்ணில் இருந்து அவனுக்கு மீம்ஸ் வந்திருந்தது.

அந்த எண்ணிற்கான புரோபைல் படமாக ஸ்வீட்லினின் படம் இருந்தது. அவன் அதனை தன் நண்பன் பிரவீனிடம் காட்டியபோது "வாழ்த்துக்கள் மக்கா.." என்றான். அலைகள் தொடர்ந்து கரைகளை முத்தமிட்டுக் கிடந்தது… கடற்காற்று சில்லென்று வீசத்துவங்கியது…. அவன் சிரித்தபடியே உற்சாகத்தோடு தன் ஊரை நோக்கி வண்டியைக் கிளப்பினான்.

2.

அன்று ஞாயிற்றுக் கிழமை என்பதால் காலை திருப்பலி முடிந்து சூசையப்பர் கோயிலுக்கு வெளியே வந்தாள் ஸ்வீட்லின். கடற்காற்று பலமாக வீசிக்கொண்டிருந்தது. அப்போது அவள் கைகளில் இருந்து தன் பிஞ்சுக் கைகளை விடுவித்தபடி ஓடினாள் அட்லின்…. ஆம்! ஸ்வீட்லினின் மூன்று வயது மகள்.

தன்னை நோக்கி ஓடி வந்த அட்லினை தூக்கி அணைத்து முத்தமிட்டுக் கொஞ்சத்துவங்கினான் பிரவீன்.

"என்னடா செல்லம்… குட் கேர்ளா இன்னைக்கி பூசப்பாத்தீங்களா? ஹை… இந்த கவுண் செல்லத்துக்கு அழகா இருக்கே… யாரு வாங்கித் தந்தா?"

"எங்க பூசப் பாக்க விட்டா… அங்க ஓடுறதும் இங்க ஓடுறதும்னு ஒரே சேட்டை… இப்பவும் பாருங்க உங்கள கண்ட ஒடனே எங்கைய தட்டி விட்டுட்டு உங்கள கண்டு ஓடி வர்றத…" என அங்கலாய்த்தாள் ஸ்வீட்லின்.

"சரி விடுய்யே… சின்ன புள்ளகைன்னா அப்படித்தா இருக்கும். அதுகளுக்கு என்ன தெரியும்… சொல்லு. நம்ம அட்லி குட்டி தங்கக்குட்டி…லா என்ன செல்லம்!" என்றபடி அவளை மீண்டும் முத்தமிட்டான்.

"அட்லிமா... அம்மாகிட்ட வா... மாமா வீட்டுக்கு போனும்ல. அம்மே உன்ன தேடிட்டு இருப்பாங்கள்ள... மாமாகிட்ட பை சொல்லிட்டு வா..."

அட்லின் பிரவீனின் தோளில் சாய்ந்தபடி அவளிடம் வரமறுத்தாள்.

"அட்லிமா... சேட்ட பண்ணாம வாறியா... இல்ல ரெண்டு சாத்து போடவா?"

"நீயே புள்ளய அழ வச்சுறுவ போல... இப்ப என்ன ரெண்டு எட்டு வந்து நா புள்ளய வீட்ல விட்டுட்டு போறேன்... அதுக்கு போட்டுகிட்டு பச்ச புள்ளய ஏசிகிட்டு..." எனச் சொல்லியபடி பிரவீன் அட்லினைத் தூக்கியபடி அவளோடு அவள் வீட்டை நோக்கி நடக்க ஆரம்பித்தான்.

"மச்சான்... நீங்க அவளுக்கு இப்படி செல்லம் குடுக்க போயிதான் எங்கன கண்டாலும் உங்ககிட்ட வந்து ஒட்டிகிடுறா..."

"சரி விடுயே.... ஆமோ செல்லக்குட்டிக்கு என்ன வேணும்?"

அங்கே கோயில் வாசலில் பலூன் விற்றுக் கொண்டிருந்தவரை நோக்கி அட்லின் கை நீட்டி..."பலூ பலூ..." என்றது.

அவன் அவளுக்கு பலூனை வாங்கிக் கொடுத்துவிட்டு ஸ்வீட்லின் வீட்டை நோக்கி நடக்கத் துவங்கினான்.

சற்று நேரம் இருவருக்கும் இடையில் மௌனம் நிலவியது. முந்தைய நாள் மாலையில் தான் மீண்டும் அவன் ஸ்வீட்லினிடம் வந்து அவன் அவளை மறுமணம் செய்து கொள்ள விரும்புவது குறித்த அவளது முடிவை அறிய விரும்புவதாகக் கேட்டிருந்தான். கடந்த ஓராண்டுக்கு முன்பே அவன் அவளிடம் தன் விருப்பத்தைத் தெரிவித்த இருந்த போதும், ஸ்வீட்லினுக்கு என்ன பதில் சொல்வதென்றே தெரியவில்லை.

அவளுக்கு எல்லாம் ஒரு கனவு போலத் தோன்றியது. நான்கைந்து ஆண்டுகளில் அவள் வாழ்வில்

என்னவெல்லாமோ நடந்து முடிந்து இருந்தது. தனது இன்றைய நிலைக்கு யார் காரணம்? தானெடுத்த முடிவுகளா? இல்லை விதியை நொந்து கொள்வதா? என எதுவும் புரியவில்லை.

அப்படி ஒரு குழப்பமான நிலையில் மீண்டும் இப்போது பிரவீன் வந்து நிற்கிறான். இவனோடு எஞ்சிய வாழ்வில் பயணிப்பதா? அல்லது மீண்டும் எந்தவொரு புதிய பந்தமும் வேண்டாம் என இப்படியே இருந்து விடுவதா? என எதுவும் புரியவில்லை அவளுக்கு. ஒரு பக்கம் அச்சம் தடுத்தாலும் மறுபக்கம் பிரவீன் குறித்த ஒரு நல்லுணர்வு அவளுக்குள் இருந்தது.

எல்லாவற்றையும் விட அட்லின் யாரைக் காட்டிலும் தனக்கு அடுத்தாற் போல் பிரவீனுடன் ஒட்டிக் கொள்வதே அவளுக்கு இன்னமும் குழப்பத்தை உண்டு பண்ணியது. அறியாத குழந்தை இப்படி ஆசையாக ஒட்டிக்கொள்வது ஒருபக்கம் என்றால் தனக்காக இரண்டு ஆண்டுகளாக திருமணமே வேண்டாம் என அனைத்தையும் ஒதுக்கிவிட்டு பிடிவாதமாகக் காத்திருக்கும் பிரவீன் மறுபக்கம்.

முதலில் பிரவீனின் அப்பாவும் அம்மாவும் அவனது இந்த முடிவினைக் கடுமையாக எதிர்த்தபோதும் அவன் உறுதியோடு அவன் முடிவில் நிற்பதைக் கண்டு வேறுவழியின்றி இறங்கி வந்தார்கள். ஆனாலும், அவர்கள் ஸ்வீட்லின் ஒருபோதும் அவனது முடிவுக்கு இசைந்துவிடக் கூடாது என பிரார்த்திக்கத் தவறுவது இல்லை. இப்படியாக மனமெங்கும் உணர்வுகள் அலையடித்துக் கிடக்க பிரவீனும், ஸ்வீட்லினும் வீடு வந்து சேர்ந்திருந்தார்கள்.

பிரவீன் வீட்டு வாசலில் நின்றபடி அட்லினை ஸ்வீட்லினிடம் கொடுத்துவிட்டு கிளம்ப எத்தனித்தபோது... "என்னய்யா வாசலோடு வந்துட்டு போறீங்க... உள்ள வாங்க என..." ஸ்வீட்லினின் அம்மா அவனை உள்ளே அழைத்தாள். அவள் மனமோ தன் மகளின் வாழ்வுக்காக அவனிடம்

இறைஞ்சிக் கொண்டிருந்தது. எந்தக் கணத்திலாவது தன் மகளின் மனம் மாறிவிடாதா? என ஏங்கித் தவித்துக் கொண்டிருந்தாள். தன் காலத்துக்குப் பின் மகளுக்கென ஒரு வாழ்வு வேண்டும் என அவள் வேண்டாத நாள் இல்லை. அதுவும் தங்கள் மருமகனே அவளுக்காகக் காத்திருக்கும் போது அதுவே கடவுளின் பெரும் கருணையாகத் தான் எண்ணிக் கொண்டாள்.

"இல்லத்த... வீட்டுல கொஞ்சம் வேல இருக்கு பொறவு வாரேன்..."

"எப்பத்தான் மருமவப் புள்ளக்கி வேல இல்லாம இருந்திச்சி... வாங்க அத்த இட்லியும் கறியும் வச்சிருக்கேன்... இரண்டு பிச்சு போட்டுட்டு போங்க..."

அவன் எப்படி மறுத்துப் பேசுவது என தெரியாமல்... "இருக்கட்டும் அத்தே..." என இழுத்தபோது "மச்சான் ரொம்ப பண்ணாதீங்க அதான் அம்மா கூப்பிடுறாங்கள்ல வாங்க உள்ள..." என ஸ்வீட்லின் அழைத்தபோது அதற்கு மேல் அவன் மறுமொழி பேசுவது அறியாமல் அவளைப் பின் தொடர்ந்தான்.

வீட்டின் வரவேற்பு அறையில் வாசலின் நிலைக்கு மேல் திரு.இருதய இயேசுவின் படத்திற்கு அடுத்தாற் போல் மிகப்பெரிய படமாக ஸ்வீட்லினின் தந்தை குருஸ்ஸின் படம் தொங்கிக் கொண்டிருந்தது.

ஆம்! தன் மகளின் வாழ்வை நினைத்து நினைத்து கவலைப்பட்டுக் கொண்டே இருந்தவர். ஒருநாள் அதிகாலை கொல்லைப்புறம் சென்றவர் அப்படியே நெஞ்சைப் பிடித்து சரிந்து விழுந்தவர் தான். ஒரேடியாக காலனின் கரம் பிடித்து சென்றுவிட்டார். இப்படியாக அடிமேல் அடி விழுந்து நிலைகுலைந்து போனது ஸ்வீட்லினின் குடும்பம். ஆனால் எல்லா இக்கட்டான நேரங்களிலும் அவர்கள் குடும்பத்திற்கு ஆறுதலாக துணையாக நின்றது பிரவீன் மட்டும் தான்.

வீட்டின் ஆண் வாரிசைப் போல அவரின் இறுதி ஊர்வலத்தில் இருந்து அத்தனைச் சடங்குகளையும் அவன் தான் முன்நின்று பொறுப்பாகப் பார்த்துக்கொண்டான்.

அவன் மனம் முழுவதும் அந்தக் குடும்பத்தின் அந்த நிலைக்கு ஏதோ ஒருவகையில் தானும் ஒரு காரணம் என்ற குற்றவுணர்வும் அவனுக்குள் இருந்து கொண்டே இருந்தது. ஆனால் ஒருபோதும் ஸ்வீட்லினோ அல்லது அவளைப் பெற்றவர்களோ அவன் மீது எந்தப் பழியையும் சுமத்தியதில்லை. கொஞ்சம் கொஞ்சமாக அந்தக் குடும்பம் தொடர் இழப்புகளில் இருந்து மீண்டு சகஜ நிலைக்கு இப்போது தான் திரும்பி இருந்தது. அதற்கு மிக முக்கியமான காரணம் பிரவீனின் அனுசரணையான போக்கும் அவன் அவர்களுக்கு பக்கபலமாக நின்றதும் தான்.

"எத்த... போதும் போதும்... விட்டா இட்லிய வச்சுகிட்டே இருப்பீகளே..."

"என்னத்த திங்கிறீரு... கோழி கொத்துன மாறி... வயசுப் புள்ள நல்லா சாப்பிட வேண்டாமா..?"

"அதுசரி... இதுக்கே மூசுமூசுன்னு வருது... நீங்க வேற"

"மச்சான் ரொம்ப பண்ணாதீங்க... நா வேணும்னா ஊட்டி விடவா?"

"எனக்கு ஊட்டுறது இருக்கட்டும் முதல்ல அட்லி குட்டிக்கு ஊட்டி விடு"

"அவளுக்கு ஊட்ட ஆரம்பிச்சா அவ சாப்பிட்டு முடிக்கிறதுக்குள்ள விடிஞ்சிறும்... எம்மா அவளுக்கு ரெண்டு இட்லியும் கொஞ்சம் காரமில்லாத சட்னியும் கொடுங்கம்மா..."

"அட்லி குட்டி நல்ல புள்ள இல்ல... அவ கெட்டிக்காரியா சாப்பிடுவாலே... என்னத்தா..." என அவன் குழந்தையைக் கொஞ்சினான்.

அவன் சாப்பிட்டு முடித்து கை கழுவி விட்டு வரவும்... ஸ்வீட்லின் தன் மகளுக்கு ஊட்டத் துவங்கியிருந்தாள். ஒருவாயை வாங்கிய குழந்தை அதை முழுங்காமல் வாயில் அடக்கியபடி இருந்தது.

"நாந்தான் சொன்னன்ல மச்சான் இவ வேலய காட்ட ஆரம்பிச்சிட்டா பாருங்க... ஏதோ நல்ல புள்ளனு சொன்னீங்க... ஒழுங்கா இருந்து அவள சாப்பிட வச்சிட்டுப் போங்க... பாத்துக்கங்க"

"என் குட்டி தங்கத்த சாப்பிட வச்சிட்டா போச்சு... வாங்க வாங்க..." எனச் சொல்லி அதற்கு விளையாட்டு காட்ட ஆரம்பித்தான். இது ஒன்றும் புதிதல்ல. அவன் வரும்

நேரங்களில் பெரும்பாலும் நடக்கும் நிகழ்வு தான் இது. அட்லினும் அவனுக்கு தான் கட்டுப்படுவாள். இது போன்ற தருணங்களால் தான் அக்குடும்பம் இயல்புக்கு திரும்பி இருந்தது. எப்படி ஓடும் நீரில் பாசி படிவதில்லையோ அப்படித்தான் காலத்தின் கரங்களிலும் எந்தக் காயங்களும் நிலைத்து இருப்பதில்லை.

ஒருவழியாக அட்லினைச் சாப்பிட வைத்து அவளோடு விளையாடி அவளைத் தூங்க வைத்த பிறகே பிரவீன் கிளம்பிச் சென்றான். அவன் சென்ற பின்பு உடைகளை மாற்றிக் கொண்டு வந்த ஸ்வீட்லின் வீட்டின் முன்பாக நின்றபடி வங்கக்கடலை வெறித்துப் பார்த்துக் கொண்டிருந்தாள். பிறந்தது முதல் அவள் பார்க்கும் காட்சிதான் அது என்றாலும் கடலும் அதன் மேல் எழும் அலைகளும் ஒருபோதும் சலிப்பதில்லை. அதன் பேரிரைச்சல் எத்தனை பெரும் வலியையும் துடைத்தெறியும் ஆற்றல் கொண்டதல்லவா? எத்தனை நூறாயிரம் ஆண்டுகளாக இந்தக் கடலில் இப்படி அலையடித்துக் கொண்டே இருந்திருக்கும்? எத்தனை லட்சம் கோடி மனிதர்களை இத்தனை ஆண்டுகளில் இந்தக் கடல் கண்டிருக்கும்? எத்தனை வலிகள்? எத்தனை மரணங்கள்? எவ்வளவு ஓலங்கள் கண்டும் கேட்டும் இருக்கும்? என அவளது மனம் ஏதேதோ சிந்தித்த வண்ணம் இருந்தது. மனம் நிலையற்று தவித்துக் கொண்டிருந்தது. காலம் தான் எத்தனை புதிர்களைத் தன்னகத்தே அடக்கிக் கொண்டிருந்துள்ளது. அது தன் வாழ்வில் நிகழ்த்திய சம்பவங்களை நினைவின் கைப்பிடித்து மீண்டும் சென்று பார்க்கத் துவங்கினாள்.

இப்படித்தானே அந்த இரவில் பிரவீனின் அக்காளுக்கு திருமணம் முடிந்த அன்று இதே கடலைப் பார்த்து புன்னகை பூத்தபடியே தானே அவனுக்கு முதன்முறையாக அந்த குறுஞ்செய்தியை அனுப்பினாள். அப்படி ஒரு செய்தியை அன்று மட்டும் அனுப்பி இருக்கவில்லை எனில் இன்று இப்படி தவிப்போடு நின்றிருக்க வேண்டாமே? என மனம் சொல்லியது. அப்பாவும் உயிரோடு இருந்திருப்பார். ஆனால் அழகு மகள் அட்லின்...? ச்சீ என்ன மாதிரியான எண்ணம் இது?

அவள் தன்னையே நொந்து கொண்டாள். அட்லின் தானே அவள் வாழ்வதற்கான ஒரே அர்த்தமும் காரணமும்... அவள் இல்லாத உலகா? மனமே வாதியாகவும் பிரதிவாதியாகவும் மாறி மாறிப் பேசியது... அலையின் ஓசை மனதின் குரலைக் கொஞ்சம் கொஞ்சமாக மௌனிக்கச் செய்து பழைய நினைவுகளை அவளுள் மீட்டெடுத்தது.

அது ஒரு அழகிய கனவு தான்... ஆம்! ராமகிருஷ்ணன் மீது மிக இயல்பாக அவளுக்கு காதல் பூத்தது. அவனும் அவளும் காதலித்த அந்த நாட்கள் இன்பத்தால் ஆசிர்வதிக்கப்பட்டவை. அழகான அவர்களின் காதலை ஆரம்பத்தில் இருவீட்டாரும் அங்கீகரிக்க மறுத்தாலும் அவர்களது பிடிவாதமும் உறுதியும் வென்றது. வேறுவேறு மதங்கள், சாதி, பண்பாடு, வாழ்க்கைமுறை என மாறுபட்டிருந்தாலும் இரு குடும்பங்களும் தத்தம் பிள்ளைகள் மீதான பாசத்தால் இணைந்து கொண்டார்கள். பெண் வீட்டில் கல்யாணம். மாப்பிள்ளை வீட்டில் வரவேற்பு என தடபுடலாய் எல்லாம் நடந்தேறியது. எல்லாவற்றிலும் பிரவீன் முன்நின்றான்.

ஒரு ராட்சசனைப் போல் அவன் அவள் மீது பொழிந்த காதலும், அந்த வாழ்வும் அதற்கு சாட்சியாக பிறந்த அட்லின்! என எல்லாமே ஒரு அழகிய கனவு போலத்தான் இருந்தது. யார் கண்பட்டதோ இல்லை நிலையாமை என்னும் விதியா? தெரியவில்லை...

அது அட்லினின் பெயர் சூட்டு விழா!

சொந்தங்கள் எல்லோரையும் கூட்டி அவளின் வீட்டில் தடபுடலாய் கொண்டாடிக் கொண்டிருந்தார்கள். விருந்தும் கொண்டாட்டமும் களைகட்டியது. கடல் வாழ் உயிரினங்கள் எல்லாம். பந்தியில் படைக்கப்பட்டிருந்தது. சிரிப்பும், கும்மாளமுமாக நிறைந்த விழாவைத் தொடர்ந்து ராமகிருஷ்ணன் தன் அம்மாவையும், அப்பாவையும் ஊரில் விட்டுவிட்டு ஓரிரு நாட்களில் திரும்புவதாக சொல்லிச் சென்றவர்கள் தான். போகும் வழியில் கார் விபத்துக்குள்ளாகி

ஒரு அழகிய ஓவியத்தை காலத்தின் கரங்கள் சிதைத்து போட்டது. ஸ்வீட்லினின் வாழ்வில் ஒட்டுமொத்தமாக இடி விழுந்தது.

அவன் போகும் முன் அவள் எவ்வளவோ அவர்களை இன்னும் ஒருநாளாவது தங்கிவிட்டு போகச் சொல்லி கேட்டுக்கொண்டும் அவர்கள் கேளாச் செவியாய்ச் சென்றது... அவன் காரில் ஏறும் முன் குழந்தைக்கும் அவளுக்கும் முத்தமிட்டது... என எல்லாம் அவளின் நினைவுகளில் மீண்டும் காட்சியாகியது. இன்னமும் அவளால் அந்த முத்தத்தின் ஈரத்தை உணர முடிந்தது.

ஏன் இவன் என் வாழ்வில் வந்தான்? திகட்டத் திகட்ட இத்தனை அன்பையும் காதலையும் பொழிந்தது இப்படி திடீரென விட்டுச்செல்லவா? நான் யாருக்கு என்ன பாவம் செய்தேன்? ஏன் என் வாழ்வு இப்படியானது? என அவள் கேள்விகளால் தன்னை நொந்து கொண்டாள். இதோ இந்த பிரவீன் மச்சான் வேறு தனக்காக ஏன் இப்படி காத்துக்கொண்டு இருக்க வேண்டும்? ஏன் ஒரு பெண்ணாய் தனியாக வாழவே முடியாதா? அட்லின் வேறு அவரிடம் இப்படி ஒட்டிக்கொள்கிறதே? எப்படி இத்தனை நினைவுகளோடு புதிய உறவில் பயணிப்பது? என அவளுடைய மனக்கடலில் அதிக அலைகள் அடித்த வண்ணம் இருந்தது.

வீட்டினுள்ளே திடீரென அட்லினின் அழுகுரல் கேட்டு அவளை நினைவுகளில் இருந்து மீட்டது.

"ந்தா... அம்மா இங்கன தான இருக்கேன்... என் செல்லத்துக்கு என்ன ஆச்சு?"

"ப்பா...அ ப்பா..அ..." என அழுதுகொண்டே வந்து அவள் காலைக் கட்டிக்கொண்டது.

முதலில் குழந்தை சொல்வதை அவள் கவனிக்கவில்லை. தன் மகளைத் தூக்கியபடியே... "சரிடா செல்லம்... அதான் அம்மா வந்துட்டன்ல... என்ன வேணும் குட்டிக்கு?"

"ப்பா..அ அப்பா..ஆ" எனத் தெளிவாக அழுதது. இதுவரையில் குழந்தை ஒருபோதும் 'அப்பா...' என

அழைத்ததில்லை. அதுவும் பாதி தூக்கத்தில் இருந்து எழும்பினால் ஒரே கரைச்சலாகத்தான் இருக்குமே ஒழிய ஒருபோதும் 'அம்மா..' என்று கூட சொல்லி அழுததில்லை! அதிலும் இதுநாள் வரையில் அவள் சாதாரண நேரங்களில் கூட 'அப்பா...' எனச் சொல்லியதில்லை. அவளுக்கு ஒருபக்கம் அதிர்ச்சியாகவும் சொல்வதறியாமல் திகைப்புடனும் குாந்தையைத் தன் மாரோடு அணைத்த வண்ணம் நின்றாள்.

குசினியறையில் இருந்த ஸ்வீட்லினின் அம்மா குழந்தை விடாமல் அழுவதைக் கேட்டபடி... "ஏ... புள்ள ஏன் கரையுது..." எனக் கேட்டபடி முன் அறைக்கு வந்தாள். அங்கே தன் மகள் குழந்தையை மாரோடு அணைத்தபடி அழுது கொண்டிருந்ததைக் கண்டவள் பதறிப்போனாள்...

"என்னம்மா... என்ன ஆச்சு? ஏன் அழுவுற... புள்ளக்கி அடிகிடி பட்டுச்சா... இங்கன குடு..."

அவள் பதிலேதும் சொல்லாமல் குழந்தையை அவள் வசமும் கொடுக்காமல் இருக்க அணைத்தபடி மேலும் அழத்துவங்கினாள்.

"ஏலா... சொன்னாத்தானே வெளங்கும்... இப்படியே புள்ளய மாரோடு அணைச்சுகிட்டு நின்னு அழுதா என்னன்னு நெனைக்கிறது.."

குழந்தை இப்போது அழுகையை நிறுத்தி ஏங்கிக் கொண்டிருந்தது. அவளுக்கோ ஒன்றும் புரியவில்லை...

ஸ்வீட்லின் தன் கண்ணீரைக் கைகளால் துடைத்தபடி... குழந்தையின் முகத்தை நிமிர்த்தி... "அப்பாகிட்டத்தான... போனும்... அம்மா கூட்டிட்டு போறேன்... நாம போலாம்... அட்லி குட்டி அழக்கூடாதென்ன..." என ஸ்வீட்லின் குழந்தையிடம் ஏதேதோ பேசிக்கொண்டே போனாள் அவளது அம்மாவுக்கு தலையும் புரியவில்லை காலும் புரியவில்லை...

"அப்பாகிட்ட இப்ப பேசுவோமா..." என்றபடி அவள் தன் அலைப்பேசியை எடுத்து பிரவீனுக்கு அழைக்கத் துவங்கினாள். குழந்தை அலைப்பேசியின் திரையில் தெரிந்த அவனது முகத்தைக் கண்டு புன்னகை பூத்தது.... அது நிலைக்கட்டும்!

◇◆◇

07 உப்பேறிய மனிதர்கள்

நடுச்சாமம் ஒன்றரையிலிருந்து இரண்டு மணிக்குள் இருக்கும். மீன்பிடித் துறைமுகத்தில் இருந்து மீனவர்கள் அன்றைய பாடு முடிந்து வீடுகளுக்குத் திரும்பிக்கொண்டிருந்த நேரம். பெரும்பாலானவர்கள் வீடு சென்று அடைந்திருந்தார்கள். அன்று கொஞ்சம் தாமதமாக வந்து கரைபிடித்த லாஞ்சுகளில் சூசை அந்தோணி ஓடும் லாஞ்சும் ஒன்று. ஆதலால் அவனும் அவனோடு லாஞ்சில் ஓடும் மிக்கேல் ராஜும் வேலைமுடிந்து தமது வீடுகளை நோக்கி நடந்து சென்று கொண்டிருந்தனர். ஏற்கனவே அன்றைய நாள் முழுவதும் கடலில் கிடந்த களைப்பு இருவரையும் சோர்ந்து போகச் செய்திருந்தது. அந்தநேரத்தில் மதுரா கோட்ஸ் மில் சாலை ஆள் அரவமற்றுக் கிடந்தது. இவர்கள் இருவரும் பேசிக்கொண்டே சென்று கொண்டிருந்த போது, மில்லுக்கு சற்று முன்னால் இருந்த வளைவில் இருந்து நான்கு ஐந்து பேர் முகங்களை மறைத்தபடி கைகளில் ஆயுதங்களோடு வெளிப்பட்டனர். இருவரும் சுதாகரிப்பதற்குள் அவர்களைச் சுத்துப்போட்டிருந்தனர்.

அவர்களில் ஒருவன். "ஏ மக்கா... எங்களுக்கு இவன் மட்டுந்தான் வேணுமாக்கு(ம்) நீ ஓம்பாட்டுக்கு ஒந்துருத்திய ஊதிட்டு போயிரு... இல்ல இவனுக்கு தொணப் பொணமா வெட்டுபட்டு வம்பா சாவா பாத்துக்க..." என மிக்கேலைப் பார்த்துச் சொன்னான்.

மிக்கேலுக்கு தன் உடன்பிறவா சகோதரனைப் போல பழகிய சூசைஅந்தோணியை அந்நிலையில் தனித்து விட்டுட்டுப் போக மனம் இல்லையென்றாலும் தன் உயிர்... குடும்பம் என வரும்போது அவனுக்கு வேறு வழியும் தெரியவில்லை.

அவனுக்கு அங்கிருந்து போக வழிவிட்டவாறு.. "இந்த தெசப்பக்கம் ஒந்தல தெரியக்கூடாது...ஓடு!" என்றான். மிக்கேலும் உயிரைக் கையில் பிடித்தவாறு திசை கால் புரியாமல் ஓடத்துவங்கியிருந்தான்.

சூசை அந்தோணி மீன்பிடித் தொழிலாளர் சங்கத்தின் முக்கிய நிர்வாகிகளில் ஒருவன் எதையும் வெட்டு ஒன்று துண்டு ரெண்டு எனப் பேசும் இயல்புடையவன். தூத்துக்குடியில் பொதுவாக லாஞ்சு மீன்பிடித் தொழிலாளர்களுக்கே இரண்டு சங்கங்கள் இருந்தது. அதுபோக வட்டக்காரார்கள் சங்கம். மேலும் லாஞ்சு உரிமையாளர்களுக்கான முதலாளிமார் சங்கங்கள் இரண்டு இருந்தது. இதில் பனிமயமாதா மீன்பிடித் தொழிலாளர் சங்கத்தின் நிர்வாகிகளில் ஒருவனாக சூசை அந்தோணி இருந்தான். அவனோடு அச்சங்கத்தில் ஐநூறுக்கும் மேற்பட்ட மீன்பிடித் தொழிலாளர்கள் அச்சங்கத்தின் உறுப்பினர்களாக இருந்தனர். இரண்டு மீன்பிடித் தொழிலாளர்கள் சங்கங்களில் சூசை அந்தோணியின் சங்கம் தான் பெரியது.

அதில் ஒருவன் "எலேய்... உங்கூட்டாளி எப்புடி ஓடுதான் பாத்தியா... நீ இவனுவள கையில வச்சுகிட்டா பெரிய சண்டியனோ... " எனச் சொல்லியபடி சூசை அந்தோணியை நோக்கி கத்தியோடு பாய்ந்தான்.... சூசை அந்தோணியோ தன்னைக் காக்கும் பொருட்டு தன் கைகளைக் கொண்டு அவனைத் தடுக்கப்பார்த்தான். முதல்வெட்டு அவனது முழங்கையில் இறங்கியது.

"கூலிய கூட்டிக் கொடுக்கனுமோ தொரைக்கு... போடுங்க..ல இனி இவம் பொண்டாட்டிய கூட்டி கொடுப்போம்ல... சிறுக்கியுள்ள.." என அடுத்தவன் கத்தியபடி அவனைத் தாக்க உடன் வந்தவர்களும் அவனைச் சரமாரியாகத் தங்கள் ஆயுதங்களால் தாக்கினர். அவன் சதைகள் கிழிந்து இரத்தம் ஓடத்துவங்கியது. தன் உயிரின் மிச்சம் இருக்கும் வரை அவன் தன் கைகளால் எதிர்த்துப்பார்த்து ஓய்ந்தான். எல்லாம் சில நிமிடங்களில் முடிந்து இருந்தது. அவர்களும் அவனை

நடுரோட்டில் வெட்டி இரத்த வெள்ளத்தில் மிதக்க விட்டவாறு ஏதோ பெரும் சாதனையை செய்தவர்களைப் போலபெருமிதத்தோடு கலைந்து சென்றார்கள்.

அலைவாய்க்கரையில் மீன்கள் மட்டுமல்ல அவ்வப்போது மனித உடல்களும் நிலத்தில் அநியாயமாய் துடிதுடித்துக் கிடப்பது இயல்பான ஒன்று தான். அந்த முரட்டு மனிதர்களிடம் அன்பும் கோபமும் எல்லையற்றே எப்போதும் வெளிப்படும். உயிர்கள் விலைமதிப்பற்றவை தான் ஆனால் மனித மனம் காலத்தின் பொருட்டு அதனை முடிவு செய்கிறது. இங்கு எல்லோருக்கும் ஒரு நியாயம் உள்ளது. அந்த நியாயம் தான் தன் செய்கைகளுக்கான விலையை முடிவு செய்கிறது.

விடியும் முன் ஊரெங்கும் சூசை அந்தோணி வெட்டப்பட்டு கொல்லப்பட்ட விஷயம் பரவிவிட்டிருந்தது. காவல்துறை அவனது உடலை அரசு மருத்துவமனைக்கு எடுத்துச் சென்றிருந்தது. சூசை அந்தோணிக்கு இரண்டு சின்ன பசங்கள் இருந்தார்கள். மூத்தவன் ஒன்பதாம் வகுப்பும் இளையவன் ஆறாம் வகுப்பும் படித்துக் கொண்டிருந்தார்கள். அவனது மனைவி லிடியா ஒரு சிறிய பள்ளியில் ஆசிரியையாக இருந்தாள். அவனை ஆசை ஆசையாய்க் காதலித்து கைப்பிடித்தவள். மிகவும் உறுதியானவள். தான் ஒன்றை நினைத்தாள் அதனைப் பிடிவாதமாக நின்று முடித்துக் காட்டுவாள். ஆனால் அவள் அன்று நிலைகுலைந்து போயிருந்தாள். மொத்தக் குடும்பமும் தலையில் இடிவிழுந்ததைப் போல அமர்ந்திருந்தது. மிக்கேல் ராஜூம் அவனது வீட்டாரும் விடியும் முன்பே கிளம்பி திருச்செந்தூர் அருகே உள்ள ஒரு கடற்கரைக் கிராமத்தில் தலைமறைவாகி விட்டிருந்தனர்.

“நாந்தான் தலப்பாடா அடிச்சுக்கிட்டனே.. ஊரு வம்ப வெலக்கி வாங்காதீங்க வாங்காதீங்கன்னு... இப்படி பாவிப்பயலுவ இரக்கமில்லாம கொன்னுட்டானுவளே... அய்யோ.. நான் என்ன செய்வேன்.... ஏ! தேவ மாதாவே... நான் அவுங்களப் பாக்கனும்... பாக்கனும்,...” என அழுது வடிந்து

கொண்டிருந்தாள் லிடியா. பிள்ளைகள் இரண்டும் தாயின் அருகே செய்வதறியாது ஒன்றும் புரியாமல் அமர்ந்து இருந்தது.

வீட்டைச் சுற்றி நண்பர்களும் உறவுகளும் கூடிவிட்டிருந்தனர்.

"கொம்மால... இத விடக்கூடாது இந்த ஈனக்கூதி வேலயை அந்தப் பெலிக்கான் போட்டுக்காரன் தான் பண்ணியிருப்பான்..."

பெலிக்கான் என்ற பெயரில் சொந்தமாக ஏழு லாஞ்சுகளும் அதுபோக ஐந்து வெளி லாஞ்சுகளுக்கு வட்டமும் கொடுத்திருக்கும் பெரிய முதலாளியும் ஒரு முதலாளிமார் சங்கத்தின் தலைவருமான பெலிகான் தான் சூசை அந்தோணி கொலைக்குக் காரணமென ஒட்டுமொத்த கடற்துறைக்கும் தெரிந்து இருந்தது. பொதுவாக மீன்கள் இனவிருத்தி செய்யும் பொருட்டு ஒவ்வொரு ஆண்டும் நாற்பது நாட்களுக்கு மீன்பிடித் தடைக்காலம் கடைப்பிடிக்கப்படும். அப்படி அந்த ஆண்டின் மீன்பிடித் தடைக்காலத்தின் போது பனிமயமாதா மீன்பிடித் தொழிலாளர் சங்கத்திற்கும், பெலிக்கான் தலைமையிலான முதலாளிமார் சங்கத்திற்கும் இடையில் நடந்த பேச்சுவார்த்தையில் ஏராளமான மோதல்கள் வெடித்திருந்தது.

சூசை அந்தோணி மிகப் பிடிவாதமாகச் சில கோரிக்கைகளில் தன் கருத்துக்களை முன்வைத்தார். அதாவது மீன்பிடித் தடைக்காலத்தில் உண்மையில் அதிகம் பாதிப்புக்குள்ளாவது மீன்பிடி தொழிலாளர்கள் தானேயொழிய முதலாளிகள் இல்லை என்றும் ஒருநாள் கடலுக்குச் செல்லவில்லை என்றாலும் அன்றைய செலவுக்கு காசில்லாமல் கஷ்டப்படப்போவது மீன்பிடித் தொழிலாளி தான்! இப்படி காலமெல்லாம் கஷ்டப்பாட்டில் தவிக்கும், தம்மிடம் தொழில்பார்க்கும் மீனவக் குடும்பங்களுக்கு முதலாளிமார் வழக்கமான மீன்பிடிக் காலங்களில் மேலும்

ஒருபாகத்தைத் தனியாக ஒதுக்கி அதனை அவ்வாண்டின் தடைக்காலத்தின் போது தொழிலாளிக்கு கொடுக்க வேண்டும் என்று ஒரு கோரிக்கையை வைத்திருந்தார். மீன்பிடித் தொழிலாளிக்கான ஆயுள்காப்பீட்டுத் தொகையை அதிகமாக்க வேண்டும் என்றும் கோரியிருந்தார். அதேபோல் புதிதாக வைக்கும் லாஞ்சுகளுக்கான நீளம் மீன்வளத்துறை விதிகளுக்கு உட்பட்டு இருக்க வேண்டும் என்றும், ஆளுக்கொரு அளவில் லாஞ்சுகளை வைத்திருப்பதால் முன்னால் போவோருக்கு அதிக மீன்பாடும் பின்செல்லும் லாஞ்சுகளுக்குக் குறைவான மீன்பாடுகளும் கிடைக்கிறது என்பதால் மீன்பிடித் தொழிலாளிகளுக்கிடையே தேவையற்ற சண்டைகளும், குழப்பங்களும் உருவாகிறது என்பதால் அதனையும் சரி செய்ய வேண்டும் என்றார்.

இப்படி அந்த நேரத்தில் நடந்த பேச்சுவார்த்தையின் போது சூசைஅந்தோணி முன்வைத்த கோரிக்கைகளில் பெலிக்கான் போட்டுக்காரன் அதிகம் முரண்பட்டான்...

“இங்கன கடம்பட்டு லோல்பட்டு லாஞ்சு வைக்கிறதுல உள்ள செரமம் உங்களுக்கு என்னடே தெரியும்... வட்டக்காரனுக்கு என்ன பாடு வந்தாலும் அவனுக்கான பங்கை கொடுத்தாகனும், மீன்பிடி இருந்தாலும் இல்லாட்டியும் உங்களுக்கு பேட்டா கொடுத்தாகனும்... அதுபோக டீசலுக்கு கைப்பிடித்தம், ஸ்டோருக்கு சாமான், ஐஸ் அடிக்கிற கூலி எல்லாம் எங்க தலையில தானல உழுவுது... எங்க பொண்டாட்டிமார் தாலிய நாங்க அடகு வைச்சு உங்களுக்கு வாயில போடனுமாக்கும்...”

“ஏதோ சீமைல இருக்குறவன்கிட்ட பேசுற மாறியில்லா பேசுறாரு... மாசத்துக்கே இங்கன பத்து கடல் கூட போவ முடியல... அப்படி போவையிலையும் ஒண்ணு ரெண்டு கடல்ல அவரு சொன்ன மாறி ஆனாலும் மத்த நேரங்கள்ல நல்ல பாடுகள் வர்றது இல்லையா? இங்கின என்ன நடக்குதுனு எல்லாருக்கும் தெரியும்... நீரு வாய்க்கு வந்த மாறி பேசுறது சரியில்ல... கடத்தொழிலு சரியில்லன்னா இத்தனை லாஞ்சு உமக்கு எதுக்கு?”

“எல... இந்த மசிரு பேச்செல்லாம் பேச நீ யாருல... கூந்தல் இருக்குறவன் அள்ளி முடியுறான்... நீ என்ன மயித்துக்கு காயிமாற படுத?”

“இந்த மசிரு.. கிசிருன்னு... பேசுறதெல்லாம் நிப்பாட்டிக்கோவும் பொறவு மரியாத கெட்டுப்போயிரும்..”

“எல.. என்னல பண்ணுவ பேசிப்பாரு... உஞ்சங்க அருக்கேன்... நாங்க எத்தன நீளத்துக்குன்னு வைக்கனும்னு தொர சொல்லுவாராம்... நாங்க கேட்டுகனுமா.. ஏன்னா இவ பொண்டாட்டி முந்தையில இருந்து வர்ற காசுபாரு...”

இருபக்கமும் காரசாரமாய் விவாதங்கள் நடந்தது. சூசை அந்தோணியும் அன்று எதற்கும் சளைக்காமல் பதிலளித்து வந்தார். இறுதியில் சில கோரிக்கைகள் ஒப்புக்கொள்ளப்பட்டும், சில கோரிக்கைகள் தடைக்காலத்துக்குப் பிறகான பாடுகளை வைத்து பேசிக்கொள்ளலாம் எனவும் முடிவு செய்யப்பட்டது. அன்றைய தேதியில் சூசை அந்தோணி அவருக்கு சரிக்கு சரியாய் நின்று அதுவும் கை நீட்டிப் பேசியது அவருக்கு மிகுந்த உறுத்தலாய் இருந்தது. அதன் தொடர்ச்சியாக பெலிக்கான் லாஞ்சில் யாரோ சில விஷமிகள் பொருட்களைத் தீவைத்துக் கொளுத்தியிருந்தனர். அதுவும் சூசைஅந்தோணியின் வேலைதான் என நினைத்துக்கொண்டார்.

அவர் வருத்தமாய் தன் வீட்டின் முற்றத்தில் அமர்ந்து இருந்தவாறு எதையோ வெறித்துப் பார்த்துக்கொண்டிருந்தார். பார்வை தான் அப்படி நிலைகுத்தி இருந்ததேயொழிய அவரது மனமெல்லாம் சூசை அந்தோணிக்கு எதிராக அவரது எண்ண அலைகள் அடித்துக் கிடந்தது. அப்போது அவரது லாஞ்சுகளில் ஒன்றில் வேலைபார்க்கும் டொமினிக்கும் அவனது கூட்டாளிகளும் அவரிடம் கைமாற்றாக பணம் கேட்டு வந்திருந்தனர். டொமினிக் அவரிடம் பத்து ஆண்டுகளாக வேலைபார்ப்பவன். லாஞ்சு வேலை மட்டுமில்லாமல் அவரது

வீட்டுவேலைகளையும், தோப்பு பராமரிப்பு வேலைகள் என அனைத்தையும் விசுவாசத்தோடு இழுத்துப் போட்டுச் செய்பவன். அவனுக்கு அவர்தான் முன்நின்று திருமணம் செய்து வைத்திருந்தார். அதேபோல் அவ்வப்போது பார்த்தும் பாராமலும் அவனுக்கு அவர் பண உதவியும் செய்து வந்தார்.

"மொதலாளி... என்ன மொக வாட்டமா இருக்கே... நான் வந்து நிக்கது கூட தெரியாம என்னத்த அப்படி வெறிச்சு பாத்துகிட்டு இருக்கீக என்ன சேதி?"

"ஒண்ணுமில்லப்பா... நீ வந்த கதைய சொல்லு..."

"அது கெடக்கெட்டும் நீங்க என்ன இப்புடி இருக்கீகளே.. அதச்சொல்லுங்கன்னா?"

அவர் மெல்ல மெல்ல தன் வருத்தத்தை... சூசை அந்தோணி அவரிடம் பேசிய விதத்தை... அதன் தொடர்ச்சியாக அவரது லாஞ்சில் ஏற்பட்ட குழப்பத்தை என எல்லாவற்றையும் சொல்லி அனைத்திற்கும் சூசைஅந்தோணி தான் காரணம் எனப் புலம்பினார். ஏற்கனவே டொமினிக்கிற்கும் சூசைஅந்தோணிக்கும் ஆகாது. டொமினிக் மற்றொரு மீன்பிடிச் சங்கத்தில் உறுப்பினராய் இருந்தான். அப்படிச் சில சமயங்களில் இருவருக்கும் மோதல்கள் வந்தது உண்டு. மேலும் டொமினிக்கின் முதலாளி விசுவாசம் சூசை அந்தோணியின் போக்கை முற்றிலுமாக வெறுக்கச் செய்து வந்தது. தற்போது தன் தந்தை ஸ்தானத்தில் இருக்கும் மொதலாளியே இப்படி புலம்பியதால் அவனால் அதைத் தாங்கிக் கொள்ள முடியவில்லை.

"மொதலாளி இதுக்கா தலைய தொங்கப்போட்டு இருந்தீக... அவன் கெடக்கான் ஈனப்பய... அவம்ளா உங்களுக்கு ஒரு ஆளா... இப்ப என்ன அவஞ்சோலிய முடிச்சு விட்டுறவா?"

அவர் மனதிலும் அதுதான் ஓடிக்கொண்டிருந்ததால்... "மக்கா... நீ மட்டும் அத செஞ்சு முடிச்சிட்டியானா... உன்னையும் உங்குடும்பத்தயும் நான் பாத்துக்கிடுறன்..."

“என்ன மொதலாளி இப்படிச் சொல்லிட்டீக... இப்பயும் நீங்க ஊத்துற கஞ்சில தான் நாங்க வாழுறோம்... இத செய்யமாட்டனா உங்களுக்கு... நீங்க கவல இல்லாம இருங்க மத்தத நான் பாத்துக்குறேன்...”

அவன் சொல்லியபடி டொமினிக்கும் அவனது கூட்டாளிகளும் சேர்ந்து தான் அன்று சூசை அந்தோணியை வெட்டிக் கொன்றார்கள். அவனை வெட்டிய கையோடு அவனும் அவனது கூட்டாளிகளும் மேட்டுப்பட்டியில் ஒரு வீட்டில் போய் தலைமறைவாகினர். டொமினிக்கின் அம்மா லூர்த்தம்மா திரேஸ்புரத்தில் தனியாக இருந்து வந்தாள். டொமினிக் இதுபோன்ற வேலைகளை அவ்வப்போது செய்பவனாதலால் அவளுக்கும் இது புதிதல்ல! அவன் தலைமறைவாகும் காலங்களில் அவள் தான் அவனுக்கு உணவு எடுத்துச் செல்வாள். ஆதலால் அவளுக்கு மட்டும் தன் மகனின் இருப்பிடம் இதுபோன்ற சமயங்களில் தெரிந்த ஒன்றே!

வழக்கம்போல நல்ல திருக்கை மீன் குழம்பு வைத்து பொடிப்பாலைகளைப் பொறித்து எடுத்துக்கொண்டு மகனுக்கு உணவளிக்கச் சென்றாள்.

“எய்யா... ராசா எப்படி இருக்க? அந்த நாசமுத்து போறவன் வீட்டுல ஒரே கூட்டமா கெடக்கு... நீ சூதானமா இருந்துக்க... அம்ம இருக்கேன் கவலப்படாத.. அவம்லா வெட்டுப்பட்டு சாவ வேண்டியவன் தான்... அது உங்கையால நடக்கனும்னு இருந்திருக்கு... ஒம் பொண்டாட்டி கெடக்கா... நீ மொதலாளிக்கிட்ட தாக்கல் சொல்லிவுடு.. அம்ம போயி உனக்கி செலவுக்கு காசு வாங்கிட்டு வாரேன்...”

“அதெல்லாம் நீ கவலப்படாத எல்லாத்துக்கும் ஆள் வச்சிட்டேன்... இனி நீயே சாப்பாடு தூக்கிட்டு வராத போலீஸ்காரன்வ உம்மேல கண்ணாயிருப்பானுவ... இன்னும் ரெண்டு மூணுநாள்ல கொஞ்சம் இது தணிஞ்ச பொறவு நான் போயி சரண் அடைஞ்சுருவேன்... பொறவு நம்ம வக்கீல் பாத்துக்குவாரு”

"எய்யா... அந்தப் பயலுவ வெறி புடிச்ச மாறி திரியிறானுவ... நீ கொஞ்சோ கவனமா இருய்யா... அதுலையும் அந்த மூலி லிடியா இருக்காளே லேசுப்பட்ட கைகாரியில்ல... அதான் அம்மா சொல்லுறேன்.."

"எம்மா... நீ போட்டு அலட்டிக்காத நா பாத்துகிடுவேன்... எங் கெண்ட கால் ரோமத்தக் கூட எவனாலையும் புடுங்க முடியாது..."

"சரிய்யா... நீ ரொம்ப நோவாத அம்ம மாதாவுக்கு நவநாள் செவத்த ஆரம்பிச்சிட்டன்... இனி அந்த தேவ மாதா உன்னைய பாத்துக்குவா..." என ஆறுதல் சொல்லிவிட்டு வந்தாள்.

தேவ மாதாவின் பாடுதான் கொஞ்சம் சங்கடம். அவள் ஏதோ அலாவுதீன் பூதம் போல் இவர்கள் உருட்டும் ஜெபமாலைக்கு கட்டுப்பட்டு கொலைகாரர்களுக்கு கூட தஞ்சம் கொடுக்கவெல்லாம் வேண்டியதாக இருக்கிறது. மனிதர்கள் கடவுளரைக் கையாளும் விதமே அலாதியானது!

எல்லாம் அவர்கள் திட்டமிட்டவாறு நடந்தது. ஆனால் இதில் தேவமாதாவின் பங்கு எதுவும் இருப்பதாகத் தெரியவில்லை. இதுபோன்ற நிகழ்வுகள் கடப்புறத்தில் புதிதல்ல என்பதால் ஆங்காங்கே கொஞ்சம் எதிர்வினைகள் எழுந்து இருபுறமும் கொஞ்சம் தணிந்தது. டொமினிக்கும் அவனது கூட்டாளிகளுக்கும் பதினைந்து நாட்கள் ரிமாண்ட் செய்யப்பட்டு காவல்துறை அவர்களை விசாரணைக் கைதிகளாக எடுத்துக்கொண்டது. வழக்கு வழக்கம் போல் ஒருபுறம் நடந்து வந்தது.

சூசை அந்தோணியின் குடும்பத்திற்கு சங்கத்தில் இருந்தும் சில சொந்தங்களிடம் இருந்து இழப்புத் தொகையும் நிவாரணமும் வழங்கப்பட்டது. அவனது முப்பதாம் நாள் காரியம் முடிந்த கையோடு சூசை அந்தோணியின் பிள்ளைகளும், மனைவி லிடியாவும் உறவினர்களோடு அவனது கல்லறைக்குச் சென்று வந்திருந்தார்கள். லிடியாவின்

மனம் துடித்துக்கிடந்தது. அவளது உடன்பிறப்புகள் அவளையும் பிள்ளையையும் தங்களது பகுதிக்கே வந்துவிடுமாறு அழைத்தார்கள். ஆனால் அவள் பிடிவாதமாக மறுத்துவிட்டாள். சூசை அந்தோணியின் தம்பி குருஸ் அந்தோணி... "அண்ணன் இல்லன்னா என்ன நாங்க இருக்கோம்ல... எங்க மைனிக்கும் புள்ளவளுக்கும் ஒண்ணுனா பாத்துக்கிட்டா இருப்போம்... நாங்க குடிக்கிற கஞ்சியை பகுந்து குடிச்சிட்டு போறோம்... நீங்க கவலப்படாம போங்க..."

"என்னத்த பாத்துக்குவீங்க.. இந்தா துள்ளத்துடிக்க அநியாயமா வெட்டிக் கொன்னுருக்கானுவ பாத்துட்டு தான இருந்துட்டீக... என்னத்த செஞ்சுட்டீக... சொல்லுங்க.." இதுவே மற்ற நேரங்கள் என்றால் குருஸ் அந்தோணியின் கைதான் பதில் அளித்திருக்கும் ஆனால் அவன் அந்த வார்த்தைகளில் உள்ள உண்மை உணர்ந்து மௌனித்து நின்றான். அவனது உள்ளம் கொதித்துக் கிடந்தது.

லிடியா அழுத்தமாக இருந்தாள்... அவள் ஒரு முடிவுக்கு வந்திருந்தாள். தன் மூத்த மகனை அழைத்து "எய்யா... அம்மைய பாத்தில்லா... எந்தத் தப்பும் செய்யாம இப்படி அறுத்துக்கிட்டு நிக்கேன்... உங்கப்பா சாவுக்கு நாம பதில் கொடுத்தாவனும்... நான் எம் ஓடம் பொறாந்தாரையோ இல்ல உஞ்சித்தப்பனையோ நம்பி நிக்கல... உன்ன நம்புறன் ஏன் ராசா... நீ அம்ம வடிக்கும் ஒவ்வொரு சொட்டு கண்ணீருக்கும் அவனுகிட்ட பதில் வாங்கி கொடுக்கனும்... அந்தப் பனிமய தாய்மேல சத்தியம் பண்ணு என் ராசா..."

விடலைப்பருவம்... தாயின் ஒவ்வொரு சொற்களாலும் முறுக்கேறிப் போகச் செய்திருந்தது. அவனுக்கு அப்போது உலகம் என்பது தன் தாயின் சொற்களாக மட்டுமே தெரிந்தது. தன் தாயின் நிலையும் கோலமும் அவனை வெறியேற்றியது. தொடர்ந்த குடும்பத்தின் இறுக்கம்.. ஒருநாளில் தங்கள் வாழ்க்கைத் தலைகீழாய் மாறிப்போன சூழல் எல்லாம் சேர்ந்து அவனது குழந்தைத்தன்மையை முற்றிலும் மறைத்து விட்டிருந்தது.

அவன் அவள் சொல்லிய வார்த்தைகள் மாறாமல் சத்தியம் செய்தான். வங்கக்கடலில் இருந்து வந்த உப்பேறிய காற்று அந்த மனிதர்களின் ஒவ்வொரு செல்களிலும் படிந்து கிடந்தது. தோல்கள் கருத்து தடித்து இருந்தது. சிந்தனையையும் செயல்களையும் அந்தக் காற்றே தீர்மானித்தது. எல்லாவற்றிற்கும் சாட்சியாக வங்கக்கடல் ஓயாமல் அடித்துக் கிடந்தது. அலைகள் கரைகளில் மோதிய வண்ணம் இருந்தது. நுரைத்துப்போன நீர்த்துளிகளை அடித்து ஓய்ந்த அலைகளைக் கடல் மீண்டும் உள்ளிழுத்துக் கொண்டு முன்னிலும் வேகமாகக் கரையை நோக்கி பெரும் பெரும் அலைகளாக செலுத்திக் கொண்டிருந்தது. உப்புக்காற்றில் இரத்தவாடையின் கவிச்சி எங்கெங்கும் வீசிக்கிடந்தது. மீன்களுடையது எது? மீனவர்களுடையது எது? என அறியாவண்ணம் அலைவாய்க்கரையெங்கும் பேதங்களற்று அது விரவிக்கிடந்தது!

08 சேனைத்தண்ணி

அது ஒரு ஞாயிற்றுக் கிழமை... நான் என் மனைவி மற்றும் குழந்தைகளோடு பூசை முடிந்து மாதா கோயிலில் இருந்து வெளியே வந்தபோது தான் நான் அவனைப் பார்த்தேன். ஆனால், அவன் தான் முதலில் அடையாளம் கண்டுபிடித்து ஒருவித பரபரப்போடு நெருங்கினான்.

"மாப்ள... எப்புடி இருக்க...? பாத்து எவ்வளவு நாளாச்சு... என்னல பண்ணுற...? இது ஒம் மவனும் மவளுமா?" எனத் தொடர் கேள்விகளை தொடுத்தவன் என் பதில்களுக்குக் கூட காத்திராமல் என் மனைவியிடம் திரும்பி "நல்லா... இருக்கீங்களா...?" என அவளிடம் வெகு நாள் பழகியவனைப் போல அத்தனை சிநேகமாய் நலம் விசாரித்தான். உண்மையில் அவனை என் கல்யாணத்திற்குக் கூட நான் அழைத்திருக்கவில்லை. அந்தக் குற்றவுணர்வு அந்தக் கணம் மேலோங்கினாலும் நான் அதை மறைத்தபடியே என்னை இயல்பாகக் காட்டிக் கொண்டு , "என்னடா எப்படி இருக்க? அன்னைக்கு பாத்த மாறியே இருக்கியேடே..."

"நான் இருக்குறது இருக்கட்டும்... நீ என்னல இப்படி ஊதிட்ட... எனக்கே உன்ன முதல்ல பாத்த ஒடனே அடையாளம் கண்டுபிடிக்க முடியல பாத்துக்க... ஆளே மாறிட்டேயே டே... அதுவும் மாதா கோயிலுக்குலாம் வாறே... தங்கச்சி மாத்திட்டாளோ?"

"நல்லா மாறுனாப்ளயே நீங்க வேறண்ணே எட்டு மணிக்கு கோயில் வாசல்ல எங்கள எறக்கிவிட்டிட்டு போறவுகதான்.... பூச முடிஞ்சு நான் போன் பண்ண பொறவுதான்... எங்களக் கூப்பிடயே வருவாப்ல... இதெல்லாம் மாறாத ஜென்மங்க.." என அவனிடம் என் மனைவி தன் ஆதங்கத்தைச் சமயம் பார்த்து இறக்கி வைத்தாள்.

“நீ வேறம்மா இவன் அப்பவே பெரிய அஞ்ஞானி.... அதான் எங்க பய திருந்திட்டானோன்னு எனக்கே ஆச்சர்யமா போச்சு...” என்றபடி என்னைப் பார்த்து “ எல நீ இன்னும் திருந்தவே இல்லயா?” என்றான்.

“ஆம...ல நான் நாலு கொல, அஞ்சு வழிபறி, அப்பப்ப வீடு பூந்து கொள்ளைன்னு அடிச்சிட்டு திரியிறம்பாரு திருந்துறத்துக்கு... அவதான் சொல்லுறான்னா இவனும் வக்காலத்து வாங்கிட்டு...”

“இப்படித்தாண்ணே நாம ஒண்ணு சொன்னா குண்டக்க மண்டக்க ஏதாவது குதர்க்கமா பேசி நம்ம வாய அடச்சிருவாப்ல...”

“நீ விடும்மா... இப்ப இவ்வளவு பேசுறானே.... ஒரு நேரத்துல பூசக்கி உடுப்பு போடுறதுக்கு எவ்வளவு சண்ட போட்டிருக்கான் தெரியுமா...? தொடர்ந்து மூணு பூசக்கெல்லாம் இவனும் நானும் முந்தி ஆல்டர் பாய்ஸா உடுப்பு போட்டிருக்கோம்... ஒரு பெரிய வெள்ளிகெழமைக்கு சாமிக்கு முன்னால சிலுவையெல்லாம் இவன் புடிச்சிட்டு போயிருக்கான் அந்தக் கதையெல்லாம் உங்கிட்ட சொல்லி இருக்கானா...?” எனப் பேசித் துவங்கியவன்....

“அப்போ நாங்க அஞ்சாங் கிளாஸ் படிச்சிட்டு இருந்தோம்.. அந்தோணியார் கோயிலுக்கு காலையில ஆறு மணி பூசைக்கு இவன கூட்டிட்டு இவுக ஆச்சி ஜொசியம்மே வந்திருவாக.. நானும் எங்கம்மா கூட போவேன். எங்கம்மா கொயர்ல பாடுவாக. அப்படி பூசைக்கு போகும் போதெல்லாம் எங்க செட்டு பயலுவ பூசையில சாமியாருக்கு உதவியா அவுரு கூட பீடத்தில கலர்கலரா அங்கியும், இடுப்பில் பட்டைகளும் கெட்டிக்கிட்டு ரொம்ப பவுசப் போட்டு உடைப்பானுக எனக்கும் இவனுக்கும் கொஞ்சோம் காய்மாரமாயிட்டு. நான் எங்கம்மாகிட்டயும்... இவன் ஜொசி அம்மேகிட்டேயும் சொன்னோம்.

ஒருவழியா பங்குச்சாமிட்ட சொல்லி எங்கள ஆல்டர் பாய்ஸா போடச்சொன்னாக.. ஆனா நாங்க நெனைச்ச மாறி ஆல்டர் பாயாக உடனே உடுப்பு போட முடியல. எங்களைவிட கொஞ்ச மூத்த செட்டு பயலுவ வச்சது தான் சட்டமா இருந்துச்சு. அந்தப் பயலுவ எங்கள உடுப்பு போடவே உடல. சீசப்பிள்ளையும் வாலிபமாத்தான் இருந்தாரு. அவருதான் ஒவ்வொரு பூசைக்கும் யார் யார் உடுப்பு போடுறதுன்னு சொல்லுவாரு. அதுனால அவரு சொன்ன எடுபிடி வேலையெல்லாம் நாங்க செஞ்சோம் ஆனாலும் எங்கள உடுப்பு போட வுடலயே... அது ஏன்னு எங்களுக்கு மொதல்ல பிடிபடவேயில்ல.

அப்புறந்தான் கொஞ்சம் கொஞ்சமா எங்களுக்கு வெளங்குச்சு. ஒரே பங்கா இருந்தாலும் நாங்க வேற தெரு அவுனுக வேற தெரு. அப்போ ஏழாங் கிளாஸ், எட்டாங் கிளாஸ் பயல்வ தான் அங்கன அதிகமா இருந்தானுக அவுனுக எல்லாரும் அந்தோணியார் கோயிலை ஒட்டிய தெருக்காரனுவ. உடுப்பு போடுறது அவுனுவ ராஜ்ஜியமா தான் அப்போ இருந்துச்சு. என்ன மாப்ள?" என ஒரு கேள்வியோடு சிறிய இடைவெளிவிட்டு மீண்டும் அவனே தொடர்ந்தான்...

"ஒரு நாளு இவனுக்கும் அந்தத் தெரு பயல்வ ஒருத்தனுக்கும் சண்டே கிளாஸ்ல வாக்குவாதமாயிட்டு.. அவன் போயி அந்தோணியார் கோயில் தெரு பயலுவகிட்ட ஒண்ணுக்கு ரெண்டா இவனையும் இவனுக்கு சப்போர்ட் பண்ண என்னையும் போட்டு குடுத்துட்டான்

இதுல வேடிக்கை என்னனென்னா அவனுக்கு எம்பேரு ஜூடுன்னு தெரிஞ்சிருக்கு ஆனா இவன் பேரு தெரியல... ஆனா இவன் அடையாளங்களை மட்டும் குத்து மதிப்பா சொல்லி இருந்துருக்கான். மறுநா பூசை முடிஞ்சதும் என்னையும் ஏறத்தாழ இவன மாறி இருந்த இன்னொரு பயலையும் பிடிச்சு அந்தோணியார் கோயில் தெரு பசங்க அடி பின்னி எடுத்துட்டானுக. இவுருக்கு கத தெரிஞ்சு பயத்தால ரெண்டு நாளைக்கி கோயில் பக்கமே வரல. பூசைக்கின்னா

ஆளுக்கு முந்தி கௌம்புற பய இப்ப வரமாட்டைக்கானேன்னு சந்தேகப்பட்டு.... இவன்கிட்ட இவன் ஆச்சி கேட்டுருக்கு பய உளறிட்டான்... அவுக இவன சாமிகிட்ட கூட்டிட்டு வந்து போட்டு குடுத்துட்டாக...

பங்குச்சாமியும் "ஓஹோ அப்படியா இந்தக் கூத்தெல்லாம் நடக்குதா...? நாளக்கி நீ காலைல பூசக்கிவா நான் ஒன்ன உடுப்பு போட வக்கிதம்... எந்தப் படுக்காலி சண்டக்கி வருதாம்னு பாக்கம்..."சொல்லி அனுப்பிட்டாரு மறுநா ஆசையா வந்தவனைச் சாமியாரு கண்டுக்கவே இல்ல. அவுரு இவன் கதையவெ மறந்துட்டாரு.. இவன் நொந்து போய் எங்கிட்ட பொலம்பி குவிச்சிட்டான்... பய வாடிப் போய் இருந்தான் பாத்துக்க.. நா எவ்வளவோ சொல்லியும் இவ ஆறல... இப்பவும் எனக்கு நல்லா ஞாபகம் இருக்கு... இவன் பூச முடிஞ்சு கண்ணுல கண்ணீரோட எங்கூட வந்திட்டு இருக்கான் அந்தோணியார் கோயில் தெருப் பையன் ஒருத்தன் எங்களவிட ரெண்டு வயசு மூத்தவன் எங்ககிட்ட நெருங்கி "அன்னைக்கி ஒனக்கு விழவேண்டிய அடி தப்பிச்சுட்ட... இருக்குடி உனக்கு ஒருநா பூச..." என மிரட்டி ஒருமாறி நக்கலா சொன்னான்....பாரு! அவ்வளவுதான் பய இருந்த கோவத்துல அவன் மேல் பாஞ்சு விழுந்து அவனை அடிக்க ஆரம்பிச்சிட்டான். இவன் அடிப்பான்னு அவன் நெனைக்கல... ஏன் நானும் நெனக்கல... அடின்னா அடி அப்படி ஒரு அடி பாத்துக்க.."

"நாந்தான் பொறவு... பிடிச்சு இழுத்துவுட்டேன்... அந்தோணியார் கோயில் தெருப்பயலுவ ஒருமாறி முழிச்சிட்டு நின்னானுவ... அப்பம் பாத்து பங்குச் சாமி வந்தாரு.... இவன்கிட்ட அடிவாங்குனவன் மூஞ்சி வீங்கி நின்னு அழுது கிட்டிருந்தான். அவன் முகத்தை ஏறெடுத்து பார்த்தவாறே பங்குச்சாமி 'நல்ல பலமாத்தாம்ல அடிபட்டிருக்கு... நல்ல புள்ளையளா பூசையில நின்னிட்டு இப்படி வெளில நின்னு சல்லித்தனம் பண்ணா வௌங்கும்ல, நல்லா சாத்தான் குட்டிகளா நிக்கிறத பாருங்களேன்.... எதுக்குடே இப்படி கட்டிப் பொறண்டிக...? கோயிலுக்கு போயிட்டு புள்ளைக

வரும்னு அங்க உங்க அப்பா அம்மாமாரு நிம்மதியா இருப்பாக இப்படி மூஞ்சி வீங்கிப் போன சாமி கோயில்ல பூச வச்சாரா இல்ல குஸ்தி போட சொல்லிக் குடுத்தாறன்னுதான கேப்பாக... போங்க டே போங்க வீட்ட பாத்து பொறவு அங்கிட்டு நின்னு சண்ட போட்டேம் இங்கிட்டு நின்னு சண்ட போட்டேம்னு எவனாவது சொன்னா எனக்கு கெட்ட கோவம் வரும் பாத்துக்குங்க...'னு ஒரு வெரட்டு வெரட்டி உட்டாரு. இப்படி சண்டகட்டி பூசைக்கு உடுப்பு போட்டோம்.... இப்ப என்னடான்னா இவன் கோயிலுக்கே வராத அஞ்ஞானி ஆயிட்டான்... என்னல?"

இப்படி எங்கள் பழைய நினைவுகளை மீட்டியபடி என் மனைவியோடு இயல்பாகக் கதைக்கத் துவங்கியிருந்தான்... அவளுக்கும் இப்படி பேசுவதற்கு ஆள் கிடைத்துவிட்டால் போதும் விடவே மாட்டாள்...

"இந்தக் கதையெல்லா எங்கிட்ட இவுரு சொன்னதேயில்ல... அப்ப இருந்த மொரட்டுக் கோவம் இன்னும் அப்படியே இருக்கு... ஆனா இருக்க வேண்டிய பக்தி இல்லாம போச்சு... என்ன செய்யச் சொல்றீங்க?"

"அந்தக் கோவத்துக்கு காரணம் இவனுக்கு சேனத்தண்ணி ஊத்துன ஆளு அப்படி... என்னல?"

"எல... நீ வேற? இப்ப என்னைய பாத்தது இப்படி வருசையா அவகிட்ட கொளுத்திப் போடவா? இத்தன வருஷோம் கழிச்சு பாக்கமே நல்லதா நாலு வார்த்த சொல்லுவன்னு பாத்தா... ஏதோ இருபது வருஷத்துக்கு முன்னால தூத்துக்குடில நான் என்னமோ பெரிய ரௌடியா இருந்த மாறில நீ பேசுற... எல அஞ்சாவது படிக்கும் போது பென்சில் எடுத்து குத்துனது எல்லாம் ஒரு சாகசமாடே...? இதுல இவ வேற நான் ரொம்பப் பெரிய கோவக்காரன்னு சர்டிபிகேட் குடுக்குறா..."

"அவுரு கெடக்காரு... இப்படித்தான் ஏதாவது உளறிட்டு கெடப்பாரு... நீங்க ஒண்ணும் மனசுல வெச்சுக்காதீங்க..."

"நீ வேறம்மா... நாங்க எப்பையுமே இப்படித்தான் பேசிப்போம்.... எனக்கு அவனப் பத்தி தெரியாதா என்ன? எல... சொல்ல மறந்துட்டேன்... சேனத் தண்ணினு ஆரம்பிச்சன் பாரு... நம்ம விமலாத்தாவை ஆஸ்பத்திரியில வச்சிருக்கு ஆள் ரொம்ப சீரியஸா இருக்காக... நீ போய் ஒருதடவ பாத்துருடே அவுகள சரியா?"

"என்னல... என்ன ஆச்சு அவுகளுக்கு? என்ன திடீர்னு இப்படிச் சொல்ற?"

"எப்பா... அவுகளுக்கு எறும்பு புத்தே கட்டுற அளவுக்கு ஒடம்பெல்லாம் சுகரு... போன வாரம் கொண்டு போய் அட்மிட் பண்ணுனாங்க... ஒருகால்ல புண்ணு வேற... காலையும் எடுத்தாச்சு... ஆனாலும் ஒண்ணும் சரி வரல... ஒனக்கு சேனத்தண்ணி ஊத்துன மனுசி அதான் நீ போய் ஒருதடவ பாத்துரு" என்றவாறு ஏதேதோ பேசிமுடித்து விட்டு அலைப்பேசி எண்களை மாற்றிக் கொண்டு விடைபெற்றுச் சென்றான். வீட்டிற்கு வந்த பின்பும் விமலாத்தாவைப் பற்றியே நினைவுகள் அசைபோட்டுக் கிடந்தது... மனம் கனத்தது...

விமலாத்தா.. பெருவாழ்வுக்கு சொந்தக்காரி. நல்ல கருத்த முரட்டு உருவமும், தடித்த குரலும், சுங்கான் சுருட்டு புகையோடும் கூடிய அவளது தோரணையான பிம்பமே இன்றும் என் நினைவுகளில் இருக்கிறது. விமலாத்தா என்றால் பதினாறாம் காம்பவுண்ட் மக்களுக்கு மரியாதையும்,பயமும் கலந்த உணர்வையே தரும். பதினாறாம் காம்பவுண்ட் மக்களுக்கு விமலாத்தாவின் மீதான மரியாதை என்பது அவள் போராடி வென்ற வாழ்க்கைக்கான வெகுமதி!

வறுமையின் பெயரால் சிறுவயதிலேயே சொந்த மண்ணைவிட்டு பஞ்சம் பிழைக்க தம் குடும்பத்தோடு தூத்துக்குடி மணல் மேட்டில் குடியேறினாள். அப்போது அவளுக்கு பத்து பனிரெண்டு வயது தான் இருக்கும். வீட்டின் வறுமையின் காரணமாக கிடைத்த வீட்டு வேலைகளைச் செய்து வந்தவருக்கு பூபால்ராயர் வீட்டில் எடுபடி வேலை கிடைத்தது. பூபால்ராயருக்கு சொந்தமாக தோணி இருந்ததால் நல்ல செல்வச் செழிப்புடன் இருந்து வந்தார்... மேலும் ஊரில் முக்கியமான பெரிய குடும்பம் பூபால்ராயருடையது.

காலையில் வீட்டு வேலைக்கு வந்தால் இருவேளை உணவாவது கிடைக்கும் என்ற நிலை. அந்தப் பிஞ்சுக் கைகளில் பசியின் ரேகைகள் படர்ந்து இருந்ததால் இன்னது என்று இல்லாமல் அவர்கள் சொன்னதையெல்லாம் செய்து வந்தார். காலத்தின் சுழற்சியில் விமலாத்தா இளம் மங்கையாக மாறியிருந்தாள். அப்படி பூபால்ராயர் வீட்டுக்கு எடுபடி வேலைப்பார்க்க போய் வந்தவளின் மீது பூபால்ராயரின் இளைய மகனும் அன்றைய மைனருமான ஜெயராஜ் பூபாலராயர் காதல் வயப்பட்டார். மைனரல்லவா? காதலோடு நில்லாமல் காதலைக் கனிய செய்திருந்தார். விமலாத்தா கருவுற்றாள்... பூபாலராயரின் குடும்பமோ பொருளாதார ரீதியில் நல்ல வசதியான குடும்பம். சாதி, மத பிரச்சனையில்லை என்றாலும் வசதிவாய்ப்பு தடுத்தது! ஒருவர் வீட்டில் வறுமையும், மற்றொருவர் வீட்டில் வசதியும் சேர்ந்து இருவரையும் துரத்தி அனுப்பியபோது அவள் நிறைமாதக் கர்ப்பிணியாய்த் தனது கணவனோடு பதினாறாம் காம்பவுண்டிற்கு அநாதரவாய் வந்து நின்றாள். அப்போது அவளை அரவணைத்த கரங்கள் என் ஆச்சி ஜொஸியினுடையது. ஆகவே இருவீட்டாரும் ஒருவீட்டு உறவுகளைப் போலவே வாழ்ந்து வந்தோம்.... நாங்கள் பதினாறாம் காம்பவுண்டில் இருந்தவரை!

வாழ்க்கைப்பட்ட பின்னும் அவளை வறுமைவிட்ட வழியில்லை. அரை வயிற்று கஞ்சியோடு தூங்கப் போனாலும் பூபாலராயரின் புண்ணியத்தில் இரண்டு ஆண் மக்களுக்கும், இரண்டு பெண்பிள்ளைகளுக்கும் தாயாகும் பேறு அவளுக்கு வாய்க்கவே செய்தது, நான்கு பிள்ளைகள் பெற்ற பின்னும் ஜெயராஜ் பூபாலராயர் மைனராகவே திரிந்தார்.

பெட்டிக்கடை வைத்து... இட்லி, வடைசுட்டு, வட்டிக்கு விட்டு... எனப் பல குட்டிக்கரணங்கள் அடித்து பிள்ளைகளையும் வளர்த்து, மைனரையும் பேணி, வறுமையையும் விரட்டி வாழ்க்கையைத் தன்வசமாக்கிக் கொண்ட போராட்டக்காரி அவள். இவை ஒருபுறம் என்றால் விமலாத்தாவின் திருநாவில் இருந்து சுரக்கும் தமிழ்த்தேன் இருக்கிறதே...? அவள் பேசும் பத்து வார்த்தைகளில் எட்டு வார்த்தைகள் தூசனமாய்த் தான் ஒலிக்கும்.

“எல தூமைய குடிச்ச கண்டார ஒலி... இங்க வால...” என அவள் பாசமாக அழைக்கும் போதே ஆண்களுக்கு அண்டி கலங்கிப் போகும். வாங்கிய பணத்துக்கு வட்டி ஒழுங்காய் கொடுக்கவில்லை என்றால் அவன் எப்பேர்ப்பட்டவனாய் இருந்தாலும் விமலாத்தா ஆட்டி எடுத்துவிடுவாள். அதேநேரம் பிள்ளைக்கு சுகமில்லை... படிப்புக்கு செலவாகிவிட்டது எனச் சொன்னால் நாலு வசவுக்கு பின்.. “கூறுகெட்ட கூதியான்... மொதல்லையே சொன்னா என்ன? வாயில என்னத்த சப்பிட்டு இருந்த? எல சாப்புட்டியா? புள்ளைய சாப்பிட்டுச்சா? இந்தா” என இட்லியும் வடையும் மடித்துக்கொடுத்து விடுவாள். அடிக்கிற கைதான் அணைக்கும் என்பார்களே... ஆத்தாவும் அப்படித்தான் அடியென்றாலும் சரி அன்பென்றாலும் சரி கொஞ்சமும் குறைவு இருக்காது.

அப்படித்தான் ஒருமுறை ஆத்தா வீட்டிற்கு இரவில் ஒருவன் திருடுவதற்கு வந்தான்...

அந்த நேரம் பார்த்து ஆத்தாவும் கொல்லப் பக்கம் சுரட்டைப் பற்ற வைத்தவாறு சென்றுள்ளாள். அவன் இவளது வீட்டின் கொல்லப்புரத்தில் இருந்து ஒரு அலுமினிய ஏனத்தையும், இரும்பு வாளியையும் எடுத்துக்கொண்டு மதிலேற முற்படவும், இவள் சுருட்டோடு அங்கே செல்லவும் சரியாக இருந்துள்ளது. போன வேகத்திற்கு அவனது கைலியைப் பிடித்து இழுத்து சுவற்றோடு சாய்த்து சுருட்டைக் கொண்டு அவன் பின்புறத்தில் சூட்டைப் போடவும் அவன் அலறி துடித்துக் கத்த.....வீட்டில் உள்ளோரும், அக்கம்பக்கத்து வீட்டாரும் எழுந்து வந்து பார்த்தபோது சிங்கத்தின் குகைக்குள் சிக்கிய எலிபோல் சுருண்டு கிடந்துள்ளான்.

இப்படிப்பட்ட பராக்கிரமக்காரி தான் நான் பிறந்தபோது முதன்முதலில் சேனை காய்ச்சி எனக்கு ஊட்டியவள். அதைத்தான் ஜூடும் கோவிலில் வைத்து எனக்கு நினைவூட்டினான். பொதுவாக சேனைக் காய்ச்சி முதலில் ஊட்டியவரின் குணாதிசயங்களே பிள்ளைகளுக்கு வரும்

என்பது ஒரு நம்பிக்கை. எங்க அம்மாச்சி ஜோஸியைப் பொறுத்தவரை விமலாத்தாவைத் தன் கூடப்பிறந்த தங்கையாகவே எண்ணி வந்தாள். அதனால், தான் என் அம்மாவின் பிரசவத்தின் போது அவள் கூடவே இருந்துள்ளாள்.

அங்குசத்தைக் கண்டு சுணங்கும் வாரணத்தைப் போல் விமலாத்தாவும் ஜொஸி ஆச்சியின் அன்பிற்குக் கட்டுப்பட்டவளாகவே இருந்தாள். விமலாத்தாவின் பிள்ளைகள் கூட அவளது தூசனத்தில் இருந்து தப்பியதில்லை ஆனால் எங்களை எப்போதும் பன்மையில் தான் அழைப்பாள்.

தன் வாழ்நாள் முழுவதும் மிகக்கடினமாக உழைத்தே பழக்கப்பட்டவள். மிக உறுதியான ஒரு மனுஷி! அவரிடம் ஒரு வழக்கம் இருந்தது… ஒரு குறிப்பிட்ட காலத்துக்குப்பின் அவள் தன் வாழ்நாளில் முரங்கைக்காயைச் சாப்பிடுவதையோ அல்லது தன் வீட்டிற்கு எடுத்துச் சமைப்பதையோ நிறுத்தியிருந்தாள். ஆனால், பெரிய யாழ்ப்பாணத்து முருங்கை மரம் ஒன்று அவள் வீட்டின் முன்னால் காய்ச்சி தொங்கும்… யார் வேண்டுமானாலும் அதைப் பறித்துக்கொள்ளலாம். ஆனால் அவளோ அவளது பிள்ளைகளோ மட்டும் அதைச் சாப்பிடுவதில்லை.

ஒருமுறை ஜொஸி ஆச்சிதான் அவளிடம்… "ஏஞ்ஞே! இப்படி நல்லா பிஞ்சா தொங்குதே எடுத்து கறிவச்சா தான் என்ன? இன்னுமா அண்ணன் முருங்கைக்காய் கொடுத்தா ஏறிப்பாஞ்சுறப் போறாருன்னு பயப்படுறீக?"

"ஆமா உங்கண்ணே! பாஞ்சுட்டாலும்… செத்தபயல நசுக்கிர மாட்டேன் நசுக்கி.. அது இல்ல…! உங்களுக்கு தெரியாதா நான் வாழ்க்கையில பட்ட வாத..? கஞ்சிக்கு தொட்டுக்க ஒண்ணுமில்லாம இந்தப் பாழாப்போன முருங்கைகாயத்தான பொறக்கிப் பொறக்கி கூட்டும், குழம்புமா வச்சு வருசக்கணக்கா தின்னு வாழ்ந்தேன்…. அதான் இன்னைக்கு நாம ஆசிர்வாதமா இருக்கும் போது இதை

சாப்புடுற நெல இனி வரக்கூடாதுன்னு வைராக்கியமா இருக்கேன்..." என வறுமையைக் கூட தன் வைராக்கியத்தால் பழிதீர்த்துக் கொண்டவள்.

இப்படிப்பட்டவள் தான் தற்போது சர்க்கரை வியாதியால் பாதிக்கப்பட்டு தன் கால்களை இழந்து கடைசி நாட்களை எண்ணிக்கொண்டிருப்பதாய்ச் சொன்னான்... எனக்குள் ஏதேதோ எண்ணவோட்டங்கள் அலையடித்துக் கிடந்தது... அன்று மாலையே அவரை என் மனைவியோடு சென்று மருத்துவமனையில் பார்த்தேன்...

விமலாத்தா என்றால் கம்பீரம்! ஒரு பட்டத்து அரசனைப் போல தோரணையோடு வலம் வந்தவள்.... கழுத்துவரை துணியால் போர்த்தப்பட்டு இருந்தாள். ஒரு ராஜாளியை ஒரு குருவியைப் போல காணும் கொடுமையை, வாதையை நான் அனுபவித்தேன்... அவள் அந்த நிலையிலும் என்னை அடையாளம் கண்டுகொண்டாள். என்னைத் தன் அருகில் அழைத்தாள்... மெல்ல தன் கரங்களால் என் தலைமுடியைத் தடவிக்கொடுத்தாள். அவளால் பேச முடியவில்லை! என் மனைவியைச் செய்கையால் அழைத்தவள் அவள் கன்னங்களைத் தடவி முத்தமிட்டாள். அவளது உதடுகள் கறுத்துப் போய் உலர்ந்து இருந்தது. சர்க்கரை நோயால் கிட்னியும் பாதிக்கப்பட்டு இருந்ததால்... மிகமிகக் குறைந்த அளவிலே நீர் அருந்த அனுமதிக்கப்பட்டிருந்தாள்... அதனால் அவளது உதடுகள் காய்ந்து போகும் போதெல்லாம் ஒரு பஞ்சை ஈரமாக்கி அவளது உதடுகளில் மெல்ல தொட்டு வைத்துக்கொண்டு இருந்தார்கள். இந்த மண்ணில் பிறந்தவுடன் என் தாயின் அமுதம் எனக்கு கிடைக்குமுன் என் நாவில் சேனையென்னும் சர்க்கரைத் தண்ணியை விட்டவளின் உதடுகளில் இப்போது நான் அந்தப் பஞ்சில் நீரைத்தொட்டு மெல்லத் துடைத்தேன்... அவள் கண்களில் இருந்து நீர் வழிந்தோடியது... எனக்கோ இதயத்தில் இருந்து...!

09 மெரி கிறுஸ்மஸ்

கிறுஸ்மஸ் முந்தையைத் தின இரவு...

சனமெல்லாம் புத்தாடைகளை உடுத்தியபடி சாமப்பூசைக்கு மாதா கோயில் செல்ல ஆயத்தமாகிக் கொண்டிருந்தார்கள். வண்ணவண்ண விளக்குகள் மின்ன பெரும் சத்தத்தோடு பாடல்களை ஒலிக்கவிட்டுக் கொண்டு இளைஞர்கள் பட்டாளம் ஆடியபடி கரோல் பார்டிகளை உற்சாகத்தோடு வீதிகளில் எடுத்துச் சென்றனர். தூத்துக்குடி நகரின் முக்கிய வீதிகளின் இருபக்கங்களிலும் இதைப்பார்க்க ஜனத்திரள் கூடியிருந்தது. காவல்துறையினர் ஒருபக்கம் கெடுபிடியாக நடந்துகொண்டாலும் மறுபக்கம் இளைஞர்கள் போடும் ஆட்டத்தையும் கரோல் பார்டி ஊர்வலத்தையும் இரசிக்கவே செய்தனர்.

தெருக்கள் முழுவதும் தொடர் விளக்குகளால் அலங்கரிக்கப்பட்டு ஒலிப்பெட்டிகள் உற்சாகமாக அலறிக்கொண்டு இருந்தது. வாண வேடிக்கை அவ்வப்போது மின்னிக்கொண்டிருக்க வீடுகளில் இரவு பூசை முடிந்து வந்த பிறகு உண்ணுவதற்கு கறிக்கொழம்பு கொதித்துக் கொண்டும் ஆப்பங்களைச் சுட்டு அடிக்கியபடியும் இருந்தனர்.

“எத்தா மேரி... சாமப்பூசைக்கு சின்னதுவள கூட்டிட்டு போறவ சமுக்காளத்தை எடுத்து வைக்க மறந்துராத...” எனப் பேத்திக்கு நினைவூட்டினாள் ஹெலனம்மாள்.

ஹெலனம்மாள் எண்பத்து நான்கு வயது குமரி அவள். கணவர் அந்தோணி அடப்பனாருக்கு வீட்டுக்குள் தான் நடமாட்டம். ஒருகாலத்தில் கொழும்பில் துணிக்கடை வைத்து வியாபாரம் செய்தவர். அடப்பனார் என்பது பரதவ இன மக்களிடையே இருந்த ஆதிக்குடும்பப் பிரிவுகளில் ஒன்று. பொதுவாக பரதவ மக்களிடையே பல்வேறு குடம்பப்

பிரிவுகள் ஆதியில் இருந்து வந்தது. பட்டங்கட்டிமார், அடப்பனார், காணியாளன் எனப் பல்வேறு குடும்ப பிரிவுகளைக் கொண்டு தத்தமது கடற்கரைக் கிராமங்களை நிர்வகித்து வந்தார்கள். காலப்போக்கில் இந்த நிர்வாக முறை செயல் இழந்த போதிலும் பரதவ மக்களிடையேயான வர்க்கத்தை வெளிப்படுத்தும் ஒருவகை ஆதிக்க அடையாளமாக அது நிலைத்துப் போனது. பிற்காலத்தில் மேசைக்காரர்கள் என்றொரு பிரிவினர் அழைக்கப்படலாயினர். அதாவது வீடுகளில் மேசையில் அமர்ந்து உணவு அருந்தும் வழக்கம் கொண்ட தனவந்த குடும்பங்களே அப்படி அழைக்கப்படலாயினர்.

ஹெலனம்மாள்- அந்தோணி அடப்பனார் தம்பதிக்கு நிக்கோலஸ், பவுலினா என இருமக்கள். நிக்கோலஸ் செயிண்ட் சேவியர்ஸ் பள்ளியின் கணித ஆசிரியராக பணிபுரிந்து இரண்டு வருடங்களுக்கு முன்பு பணி ஓய்வு பெற்றிருந்தார். அவரது மனைவி அமலி சூசையப்பர் பெண்கள் மேல்நிலைப்பள்ளியின் முதல்வராக பணிபுரிந்து வருகிறார். நிக்கோலஸ்- அமலி தம்பதியருக்கு பிரவீன், நவீன் என இரண்டு மகன்கள் இருவரும் பொறியியல் முடித்துவிட்டு கப்பலில் மாலுமிகளாகப் பணிபுரிகிறார்கள். இருவருக்கும் திருமணம் முடிந்து மூத்தவன் பிரவீன் - பிரியங்கா தம்பதிக்கு இரண்டு மகன்கள் உள்ளனர். இவர்கள் சாதி மறுப்புத் திருமணம் செய்து கொண்டவர்கள்.

பிரவீன் தன் கல்லூரியில் தன்னுடன் படித்த சகதோழி பிரியங்காவை விரும்பி மணம் செய்துகொண்டிருந்தான். பிரியங்காவின் பெற்றோர் சுந்தர்-கௌரி இருவருமே அரசு ஊழியர்கள். அவர்களுக்கு பிரியங்கா ஒரே மகள். வட்டார ஆட்சியராகப் பணிபுரிந்து கடந்த ஓராண்டுக்கு முன் தான் சுந்தர் பணிஓய்வு பெற்றிருந்தார். கௌரி அரசுக் கருவூலக அதிகாரியாக பணிபுரிந்து வருகிறார்.

எத்தனை படித்து இருந்து... அரசு வேலைகளிலும், ஆசிரியர்களாகவும் இருந்தாலும் இருபக்கமும் ஆரம்பத்தில் சாதிய பிடிமானம் பிடித்து அழுத்தியது. பலகட்டப் பேச்சுவார்த்தைகள் நடந்து வந்த சமயத்தில் ஹெலனம்மாள்

தான் தடாலடியாகச் சென்று பேத்தி பிரியங்காவைத் தூக்கி வந்து பேரனுக்கும்-பேத்திக்கும் ஒருவாரத்தில் திருமணம் என அறிவித்து ஒரு முடிவுக்கு அனைவரையும் இழுத்து வந்து ஒப்புக்கொள்ளச் செய்து திருமணத்தை நடத்தி முடித்தாள். அந்தோணி அடப்பனாருக்கு ஹெலனம்மாளின் இந்தச் செயல் புதிதல்ல! அவர் எப்போதும் அவள் எடுக்கும் முடிவுக்கு கட்டுப்பட்டவரே.

ஹெலனம்மாள் இன்று நேத்து அப்படி ஒரு குணத்தைக் கொண்டிருக்கவில்லை. ஆதியில் இருந்தே அவள் அப்படித்தான். அந்தக்காலத்தில் அவள் அந்தோணி அடப்பனாரின் அண்ணன் "சந்தகுரூஸ்" அடப்பனாரைத் தான் திருமணம் செய்து கொண்டிருந்தாள். ஒருமுறை கொழும்பிற்கு அவர் சென்று கொண்டிருந்த தோணி திடீரென விபத்துக்குள்ளாகி நடுக்கடலில் கவிழ்ந்ததில் அவரும் இறந்து போயிருந்தார். அப்போது தான் ஹெலனம்மாளுக்கு கல்யாணமாகி ஆறுமாதங்கள் ஆகியிருந்தது.

ஊரார் எல்லாம் அவள் வந்த நேரம் தான் இப்படி ஆகிப்போனது எனப் பேசிக்கொண்டிருக்கும் போது... ஒருநாள் ஹெலனம்மாள் தான் அந்தோணி அடப்பனாரிடம் வந்து... "உங்கண்ணன் சாவுக்கு நா தான் காரணமுன்னு நீங்களும் நெனக்கிறீங்களா?" எனக் கேட்டாள்.

"ச்சே.... அப்படில்லா பேசாதீங்க...! யாராவது அப்படிச்சொன்னா சொன்னவன் வாய கிழிச்சிருவேன்..."

"ஊரே பேசுது... ஊர் வாயக் கிழிக்க முடியுமா? உங்களுக்கு சம்மதம்னா சொல்லுங்க நாம சேந்து ஊர் வாய அடச்சிரலாம்." எனப் பட்டென அவள் கேட்டபோது அந்தோணி அடப்பனார் கொஞ்சம் அதிர்ந்து தான் போனார். ஆனால் அவள் பேச்சில் இருந்த தெளிவும் தீர்க்கமும் அவருக்குப் பிடித்திருந்தது.

ஏதேதோ எண்ண ஓட்டங்கள் சில நொடிகளில் அவருக்குள் அலைகளாக எழுந்து ஓய்ந்தாலும்... அவருக்குள் ஒன்று மட்டும் ஒலித்துக் கிடந்தது. 'அவள் நம் வீட்டை நம்பி வந்தவள்... இன்று நம் மீது நம்பிக்கை வைத்துக் கேட்கிறாள்...

அந்த நம்பிக்கைத் தோற்றுப்போகக்கூடாது' என அவருக்கு திடமாகப் பட்டது. அதுதான் பல எதிர்ப்புகளையும் மீறி அவரை ஹெலனம்மாளோடு சேர்ந்து வாழும் முடிவை உறுதியாக எடுக்க வைத்தது.

அதேபோல் அன்று பங்குத்தந்தையாக இருந்த ஹெண்ட்ரிக்ஸ் அடிகளாரும் அவர்களுக்கு பக்கபலமாக நின்று ஒருநாள் பூசையில் இப்படியான திருமணங்கள் எத்தனை அவசியம் என்று வலியுறுத்தி பிரசங்கமே வைத்து ஊராரை வழிக்குக் கொண்டு வந்து அவர்களின் திருமணத்தையும் முன்நின்று நடத்தி வைத்தார்.

இப்படித் துவங்கிய அவர்களது வாழ்வில் அவர் கொழும்பில் இருந்து தொழில் செய்த காலத்திலும் தனியொரு மனுஷியாக இரண்டும் பிள்ளைகளையும் படிக்க வைத்து, வளர்த்து குடும்ப நிர்வாகத்தையும் கவனித்து சொத்துக்கள் சேர்த்து அதனை நிர்வகித்து, காப்பாற்றி, பெருகச் செய்த கெட்டிக்காரி அவள். அந்தோணி அடப்பனாருக்கோ பிள்ளைகள் எந்தப் பள்ளியில் என்ன படிக்கிறார்கள் என்று கூட தெரியாது இரண்டு-மூன்று ஆண்டுகளுக்கு ஒருமுறை மட்டுமே ஊருக்கு வந்து போவார். அவருக்கு தெரிந்தது எல்லாம் வியாபாரம் மட்டும் தான். அதுவும் எண்பதுகளின் ஆரம்பத்தில் எதிர்பாராத நஷ்டத்தால் தன் வியாபாரத்தை மூட்டைக்கட்டி விட்டு இங்கு திரும்பிவிட்டார் அந்தோணி அடப்பனார். மிகச்சரியாக பிள்ளைகள் தலையெடுத்தக் காலமாதலாலும், ஹெலனம்மாள் சிக்கனமாய்ச் சேமித்து வைத்த சொத்துக்கள் இருந்ததாலும் அவர்களுக்கு பொருளாதார ரீதியிலான பாதிப்புகள் பெரிதாக ஏற்படவில்லை.

பொதுவாக எல்லா முடிவுகளையும் ஹெலனம்மாள் எடுப்பதும் அதில் சிறுமறுப்புமின்றி துணை நிற்பது மட்டுமே அவரது பணியாக இதுவரை இருந்து வந்துள்ளது தன் மகள் பவுலினா விஷயத்தைத் தவிர...

ஆம்! பவுலினா கல்லூரியில் சேர்ந்த இரண்டாம் ஆண்டே தான் கன்னியாஸ்திரியாக வேண்டும் என்ற விருப்பத்தைச் சொன்ன போது ஹெலனம்மாள் எவ்வளவோ மறுத்துப் போராடிப்பார்த்தாள். பவுலினா தாயை விட உறுதியானவள் ஆதலால் நிமிர்ந்து நின்று தன் தந்தையின் துணையுடன் கன்னியாஸ்திரி ஆகிவிட்டாள். அந்தோணி அடப்பனாருக்கு மகள் கன்னியாஸ்திரியாவது ஏதோ தெய்வ கொடுப்பினையாகவே பார்த்தார். ஆனால் ஒரு தாயாய் மகளின் எதிர்காலம் குறித்த கனவுகளோடு இருந்தவளால் எதன் பொருட்டும் அதனை ஏற்க முடியவில்லை. ஹெலனம்மாளோ கிறுத்தவராய் வாழ்வதற்கும் திருச்சபைக்கு கட்டுப்பட்டுக் கிடப்பதற்கும் இடையேயான வித்தியாசத்தை தன் அனுபவத்தால் உணர்ந்தவராய் இருந்தாள். பெரும்பான்மைக்கும் அதிகமான கத்தோலிக்க கிறுத்தவர்களுக்கு கொஞ்சமும் புரியாத அல்லது ஏற்றுக்கொள்ள முடியாத இந்த எளிய வேறுபாட்டை அவள் நன்கு உணர்ந்து இருந்தாள். ஆதலால் மகளின் இந்த முடிவை ஆரம்பத்தில் அவளால் ஜீரணிக்க முடியவில்லை. காலம் ஆற்றாத காயமில்லை என்பதால் இப்போது அவள் வாழ்வின் விசித்திரங்களை ஏற்றுக்கொண்டு பழக்கப்பட்டிருந்தாள்.

நவீனின் மனைவி மேரிக்கும் இரண்டு குழந்தைகள் தான். அதில் மூத்ததாக பெண்குழந்தையும் இரண்டாவதாக அவளுக்கு மகன் பிறந்து ஆறுமாதம் தான் ஆகியிருந்தது. நவீன் தன் மகன் பிறந்த சமயத்தில் வந்திருந்ததால் தற்போது கப்பலில் இருந்தான். பிள்ளைகள், மருமகள், பேரன் - பேத்திகள், பூட்டன்கள் - பூட்டி என நிறைந்திருந்த வீட்டில் பம்பரமாகச் சுழன்று கொண்டிருந்தாள் ஹெலனம்மாள்.

ஹெலனம்மாவின் வீடு பெரிய கடைத்தெருவில் இருந்தது... பழைய நுரைக்கல் கட்டிடம். ஒவ்வொரு சுவரும் இரண்டு அடிக்குக் குறையாமல் இருக்கும். வீட்டின் வரவேற்பு அறையில் நான்கு பெரிய தூண்களும் ஒரு ஓரத்தில் பெரிய தேக்கு மர ஊஞ்சலும் ஆடிக்கொண்டிருக்கும். விசாலமான இரண்டு படுக்கை அறைகள் கீழேயும், அடுப்பபடிக்கு எதிரில்

மாடிக்குச் செல்லும் படியும் இருந்தது. மேல்வீடு மட்டும் பிற்காலத்தில் பிள்ளைகள் தம் வசதிக்கு வந்து போனால் தங்கும் பொருட்டு கட்டியதால் அது நவீன கட்டுமானத்துடன் ஏ.சி.பொருத்தப்பட்ட அறைகள் கொண்டிருந்தன. பிள்ளைகளோ பேரப்பிள்ளைகளோ வந்தால் தான் மாடி அறைகளுக்கு வேலை. மற்றபடி ஹெலனம்மாளோ, அந்தோணி அடப்பனாரோ கீழே உள்ள வீட்டில் மட்டுமே உலவுவர்.

வீடு என்பது கற்களின் அமைப்பால் உருபெறலாம். ஆனால் அதில் வசிக்கும் மனிதர்களாலும் அவர்களது அன்பின் பரிமாற்றங்களாலும் தான் உயிர் பெறும் என்பதில் அழுத்தமான நம்பிக்கைக் கொண்டிருந்தாள் ஹெலனம்மாள். வருடம் முழுக்க இரண்டு முதிய மனிதர்களின் தனிமையால் சூழ்கொண்ட வீடு இப்படி கிறுஸ்துமஸ், புதுவருடப் பிறப்பு, ஈஸ்டர், மாதா கோயில் திருவிழா என அவ்வப்போது தான் புதுபொலிவு பெறும். இன்னும் சொல்லப்போனால் ஹெலனம்மாளும்- அந்தோணி அடப்பனாரும் இந்த நாட்களை யாசித்தே தம் காலத்தைக் கடத்தி வந்தார்கள்.

மகள் பவுலினா... செயிண்ட் மேரிஸ் பெண்கள் கல்லூரியில் முதல்வராக பணியாற்றி வந்தார். இயல்பில் சுறுசுறுப்பானவர். செய்யும் செயல்களில் எப்போதும் ஒரு நேர்த்தியை விரும்புவார். நினைத்த மாத்திரத்தில் தாய்-தந்தையைக் காண வருவார். எப்போதும் அம்மாவின் மீன் குழம்பு சாப்பாடு அவருக்கு மிகவும் பிடிக்கும். கொஞ்சம் மனம் தனிமையாக உணர்ந்தாலும் ஓடோடி வந்துவிடுவார். அப்பாவின் மீது அப்படியொரு பாசம். நாளொன்றில் எத்தனை வேலை இருந்தாலும் இரவில் அப்பாவை அழைத்து பேசாமல் அந்த நாள் அவருக்கு முடியாது. அண்ணன் நிக்கோலஸ்க்கும் தங்கை மீது அத்தனை மரியாதை. சின்ன வயதில் அடித்து விளையாடிய தங்கையானாலும் அவர் கன்னியாஸ்திரி ஆன பின்பு தாய்க்கு நிகரான மரியாதையை அவருக்கு வழங்கத் துவங்கினார்.

தன் வாழ்வில் எந்தவொரு முடிவையும் யாரை கேட்டாலும் கேட்காவிட்டாலும் தன் தங்கையைக் கேட்காமல் அவர் முடிவு செய்வதில்லை. பிள்ளைகளின் படிப்பாகட்டும், திருமணமாகட்டும், தாய்-தந்தையரின் உடல்நிலை குறித்த எதுவொன்று என்றாலும் தங்கையின் கருத்து அவருக்கு அவசியம். இன்னாரின் அண்ணன் என தன் தங்கையை வைத்து தன்னை அடையாளப் படுத்துவதில் அவருக்கு அத்தனை பெருமை.

பவுலினா.. இயல்பாகவே ஒரு கம்பீரமான உடல்மொழிக்கு சொந்தக்காரி! ஒரு கன்னியாஸ்திரி என்பதால் வெறும் கடவுள் பக்தியோடு அவள் தன் வாழ்வைச் சுருக்கிக் கொண்டவள் இல்லை. மீனவர்களின் அதிலும் குறிப்பாக முத்துக்குளித்துறையின் வரலாற்றை ஆய்வு செய்து முனைவர் பட்டம் பெற்றவர். பெண் விடுதலை குறித்து அழுத்தமான பார்வை கொண்டவர். பொதுவான சமூக அவலங்களுக்கு எதிரான போராட்டங்களில் தன் கல்லூரி மாணவிகளைத் தன்னோடு இணைத்துக்கொண்டு ஈடுபடச் செய்யும் களப்போராளியும் ஆவார். ஆதலால் சமூகத்தில் ஒரு முக்கிய மனிதராகவும் அவர் வலம் வந்தார்.

நிக்கோலஸின் உலகம் இதற்கு நேர் எதிரானது. அவருக்கு வீடு தான் உலகம். பள்ளி... பள்ளி முடிந்தால் தனிப்பயிற்சி வகுப்புகள் அது ஓய்ந்தால் வீடு! இப்போது பணி ஓய்வுக்குப் பின்... காலையும் மாலையும் பத்தாம் வகுப்பு மற்றும் பனிரெண்டாம் வகுப்பு மாணவர்களுக்கு கணித தனிப்பயிற்சி வகுப்புகள் மட்டும் எடுத்து வருகிறார். மரணத்துக்கு முந்தைய எந்தவொரு நெடிய ஓய்வும் பெரும் தண்டனையே!-என நினைப்பவர்.

பிரவீனின் பிள்ளைகளும், நவீனின் மகளும் ஊஞ்சலைச் சுற்றி ஓடிப்பிடித்து விளையாடிக் கொண்டிருந்தனர்.

“மேரி... இவங்களைக் காணமே பாத்தியா? பூசைக்கு நேரமாவுது கொஞ்சமாவது இந்த புள்ளையள கௌப்ப ஒத்தாசையா இருப்பமேனு இந்த மனுசனுக்கு நெனப்பு இருக்கா பாரு..”

"மச்சான்! வெளியே தான் நின்னுட்டு இருந்தாங்க…"
அவர்கள் பேசிக்கொண்டிருந்த போதே பிரவீன் வீட்டுக்குள் நுழைந்தான்.

"என்ன நீங்க எங்க போனீங்க? இந்தப் புள்ளைங்களை கௌப்பி விடக் கூடாதா? ஆடித் திரியுதுக பாருங்க…"

"அப்படியே எம் பேச்ச கேட்டுட்டு தான் உம்பிள்ளைக மறுவேலை பாக்கும் போ…யே நீயே கௌப்பி விடு… இல்ல மேரி சும்மாதான் கௌம்பி நிக்கா பாரு அவகிட்ட சொல்லு…"

"ஆமோ… நீங்க தான் என்னைய கௌப்பி விட்டீங்க பாருங்க… போங்க மச்சான்"

"கௌப்பி விடணும்னா சொல்லு கௌப்பி விட்டிருவோம்…"

"ஆசையப்பாரு.."

"ஏய்! மச்சானும் கொழுந்தியாளும் கொஞ்சி விளையாடுற நேரமா இது? சிஸ்டர் பெரியம்மா கௌம்பிட்டாங்க அவங்க வந்து டோஸ் விட்டாத்தான் நீங்க அடங்குவீங்க"

"ஏ! புள்ளையளா அங்கன என்ன பேச்சு… சீக்கிரமா கௌம்புங்க நேரம் ஆயிட்டிருக்கா இல்லையா?" சமையலறையில் இருந்து கைகளைத் துடைத்தபடி வந்த அமலி சத்தமிட்டபடி "மக்களே! இங்க ஆச்சிக்கிட்ட வாங்க புது டிரஸ் போடலாம்…" எனக் குழந்தைகளை அழைத்தபடி அறைக்குள் சென்றாள்.

அரை மணி நேரத்தில் அனைவரும் கிளம்பிவிட்டிருந்தனர். அந்தோணி அடப்பனாருக்கு வீட்டிலுள்ள தொலைக்காட்சிப் பெட்டியில் நேரடி ஒளிபரப்பாகவிருந்த கிறுஸ்துமஸ் இரவு பூசையை ஓடவிட்டபடி ஹெலனம்மாளைத் தவிர அனைவரும் கிளம்பி மாதா கோயிலுக்குச் சென்றனர். இரண்டு ஆப்பங்களை வசியில் போட்டுக் கொண்டு ஒரு கப் தேங்காய்ப் பாலும் லோட்டாவில் தண்ணியுமாய் கொண்டு வந்து அந்தோணி அடப்பனாரைச் சாப்பிடச் சொன்னாள்.

"என்ன புள்ளைங்க எல்லாம் கோயிலுக்கு போயாச்சா? எதுவும் தின்னுட்டு போச்சுங்களா?"

“என்ன புதுசா கேக்கிங்க... சின்னஞ் சிறுசுவ நாலு வாய் தின்னுச்சுவ.. மத்ததுக நன்மை எடுக்க வேணாமா? எறச்சி சாப்பிட்டுட்டா போவும்? உங்க மவ விட்டுருவாளாக்கும் சீமைய கண்டவ...”

“நிக்கோலஸ் பசி பொறுக்க மாட்டான?”

“உங்க மவன் பச்சக்கொழந்த இல்ல... அவன் மட்டும்தான் பசி பொறுக்கமாட்டானுக்கும்?”

அவர் பிதா சுதன் போட்டபடி கையிலிருந்த உணவை மேற்கொண்டு பேச்சை வளர்க்காமல் உண்ணத்துவங்கினார். சிறுசிறு பிட்டுகளாக ஆப்பத்தைப் பிய்த்து தேங்காய்ப்பாலில் தோய்த்து மிக நேர்த்தியாக ஒருதுளி சிந்தாமல் சாப்பிடத் துவங்கினார். அவர் சாப்பிடுவதைப் பார்த்தபடியே ஹெலனம்மாள் அருகில் இருந்த நாற்காலியில் சாய்ந்து அமர்ந்து தன்னை ஆசுவாசப்படுத்திக் கொண்டாள். அதுவரை பிள்ளைகளின் சத்தத்தால் நிறைந்து இருந்த வீடு இப்போதும் அவளது காதில் எதிரொலித்துக் கிடந்தது.

2.

மாதா கோயில்...

திருவிழா கோலம் பூண்டிருந்தது. வண்ண வண்ண தொடர் விளக்குகளால் கோயிலின் கோபுரமும் சுற்றுப்புறமும் அலங்கரிக்கப்பட்டு மின்னியது. கோயிலின் உட்புறம் மனித கூட்டத்தால் நிரம்பி வழிந்தது. இரவு அதன் இயல்பைத் தொலைத்து கிடந்தது. பட்டுச்சேலைகளும், கழுத்து கைகள் என அனைத்தும் தங்கநகைகளால் அடைத்துக் கொண்டும் பெண்கள் கூட்டம் அங்கும் இங்கும் சென்று கொண்டிருந்தது. புத்தாடைகளும் புதிய பொலிவுமாய் மனிதர்கள் குடும்பம் குடும்பமாய் கோயில் வளாகமெங்கும் அமர்ந்திருந்தனர். பக்தியின் பெயரால் தத்தம் பகட்டை வெளிப்படுத்தும் நோக்கமே அங்கே பெரும்பாலானோருக்கு இருந்தது.

பிறக்க வீடின்றி ஈராயிரம் ஆண்டுகளுக்கு முன் மாட்டு தொழுவத்தில் பிரசவத்தவனின் பிறந்தநாளை இத்தனை பகட்டாய்க் கொண்டாடுவது மிகப்பெரும் நகைமுரண் என்றாலும் அதுதான் இப்போதெல்லாம் இயல்பாகிப் போனது. பகட்டின் மனிதக் கூட்டம் ஒருபுறமென்றால் இன்னமும் வீடு வாசலின்றி வறுமையின் பிடியால் கையேந்தும் மக்கள் கூட்டமும் கோயிலின் படிக்கட்டுகளில் அழுக்கேறிய உடைகளோடு கொஞ்சம் சில்லறைக் காசுகளுக்காக காத்துக் கிடந்தது.

இளசுகள் குடும்பத்தாரிடம் இருந்து மெல்லப் பிரிந்து தத்தம் வயதினரோடு இணைந்து ஆங்காங்கே நின்று கொண்டிருந்தது. இயேசு பெருமானின் தயவால் இளம் மங்கையரின் கடைக்கண் பார்வை கிட்டியவர்கள் பேரு பெற்றவர்களாய் ஆகிப்போனார்கள். மணப்பெண்களைப் போல் பட்டுச்சேலை கட்டி தம்மை அலங்கரித்துக் கொண்ட இளம்பெண்களும், புதிய நவீன உடைகளில் தங்களை இரசனையோடும் அழகிய சிறு கர்வத்தோடும் வெளிப்படுத்திக் கொண்ட இளம்சிட்டுகளும் குடும்பத்தாரோடு அமர்ந்து இருந்தனர். சிலர் அவ்வப்போது விரித்துப்போட்ட தங்கள் கூந்தலை விரல்களால் கோதியபடி கண்களால் பசங்களுக்கு ஆசிவழங்கிக் கொண்டிருந்தனர். குழந்தைகள் மணலை நோண்டி விளையாடிக்கொண்டும், பலூன்களோடு சிரித்துக்கொண்டும் அமர்ந்திருந்தனர். புதிதாக திருமணமாகி தலைகிறுஸ்மஸ் கொண்டாடும் தம்பதிகள் புத்தாடைகள் உடுத்திக்கொண்டு ஒருவித குறுகுறுப்போடும் செல்லச்சீண்டல்களுமாய் இருந்தனர். இவர்களுக்கிடையே ஆங்காங்கே பக்தியோடும் சிலர் அமர்ந்து இருந்தனர்.

கோயில் மணி ஒலிக்க.. கொயர் பெண்கள் இசையோடு வரவேற்புப் பாடல் பாட சாமப்பூசை துவங்கியது. பலிபீடத்தில் கைகளை அகலவிரித்து ஆசிவழங்கியபடி பாதிரியார் பைபிள் வசனங்களை முழங்கத் துவங்கினார். ஒருபுறம் பக்தியோடு பூசையில் ஐக்கியமானவர்களும் இருந்தனர் மறுபுறம் மங்கிய குரலில் குடும்பக் கதைகளைப் பேசிக்கொண்டும், காதுகளைக் கொஞ்சம் அக்கம்பக்கம் உலவவிட்டுக்கொண்டும் இருந்தனர்.

நிக்கோலஸும், பவுலினாவும்... தம் குடும்பத்தார் அனைவரையும் மணிக்கூண்டின் வெளிப்புறம் கோயிலின் வெளிப்பகுதியில் சமுக்காளத்தை விரித்து அமரச் செய்து இருந்தனர். அவர்களோடு இருந்ததால் அமலியோ, பிரியங்காவோ, மேரியோ யாருடனும் பெரிதாக உரையாட முடியவில்லை. குழந்தைகள் மட்டும் ஆரம்பத்தில் ஆங்காங்கே ஓடிக்கொண்டிருந்தவர்கள்... சிஸ்டர் ஆச்சியின் கண்ணசைவுக்குக் கட்டுப்பட்டு தத்தமது தாய்மாருக்கு அருகே வந்து அமர்ந்து கொண்டனர். பிரவீன் அவர்களை அங்கே அமரச் செய்துவிட்டு மெல்ல தன் நண்பர்களோடு கலந்து விட்டிருந்தான். சமீபத்தில் கப்பலில் இருந்து இறங்கியவன் ஆதலால் அவனது நண்பர்கள் இரவு குடிக்காகக் காத்து இருந்தனர்.

"எல... மச்சான்! எப்படி இருக்க? ஹேப்பி கிறுஸ்மஸ்ல?"

"ஹேப்பி கிறுஸ்மஸ் மச்சான்... பயலுவள எங்க?"

"இங்க தான் நின்னுட்டு இருந்தானுவ... ரூபன் தம்மு அடிக்கனும்னா... சில்வஸ்டர் கடைல நிப்பானுவ..."

"நீ யோக்கியன் போவலையா?"

"எல... அப்பாவும் அம்மாவும் காலையில பூசைக்கு போறன்னு சொல்லிட்டாவ.... நாந்தான் அவளையும் புள்ளையளையும் கூட்டிட்டு வந்தன்... அதான் தேடுவாளேன்னு அவ கண்ணுல படுற மாறி நிக்கேன்..."

அவர்கள் பேசிக்கொண்டிருக்கும் போதே பிரவீனின் நண்பர்கள் பட்டாளம் வந்து சேர்ந்தது. அவர்கள் உற்சாகமாக ஒருவரையொருவர் அணைத்துக்கொண்டும் நலம் விசாரித்துக் கொண்டும் கொஞ்சம் சத்தமாக பேசியதால் அவர்கள் அருகே அமர்ந்திருந்தவர்கள் எரிச்சலோடு முணுமுணுக்கத் துவங்கிய போது மெல்ல பேசி சபையைக் கலைத்தார்கள். சாமப்பூசை முடிந்து வீட்டில் அவரவர் குடும்பத்தாரை விட்டுவிட்டு பெரியகடைத் தெருவில் சந்திப்பதாக முடிவெடுத்துக் கொண்டார்கள்.

கிட்டத்தட்ட நற்கருணை வழங்கும் வைபவம் நடந்து கொண்டிருந்தது. பிரவீனும் மெல்ல தம் குடும்பத்தாருடன் கலந்துவிட்டான். கொஞ்ச நேரத்தில் கிறுஸ்துமஸ் வாழ்த்துக்கள் சொல்லி... 'எல்லாம் வல்ல இறைவனின் திருவருளால் தந்தை மகன் பரிசுத்த ஆவியின் பெயரால் சென்று வாருங்கள் திருப்பலி முடிந்தது...' என ஆசிர்வதித்து சாமப்பூசையைச் சாமி நிறைவு செய்தார்.

பூசை முடிந்து அவர்கள் வீடு திரும்புவதற்குள் பவுலினாவிடம் படித்தவர்கள், படிப்பவர்கள், அறிந்தவர்கள் என அவளை எதிர்கொண்டவர்கள் அவளிடம் முழங்காலிட்டு ஆசிர் பெற்றுக் கொண்டார்கள். அவளும் எல்லோரையும் புன்னகையோடு கிறுஸ்துமஸ் வாழ்த்துக்கள் சொல்லி ஆசிகள் வழங்கினாள். அண்ணன் நிக்கோலஸ் தங்கையைப் பார்த்து பூரித்து போனார். அவளோ தன் அண்ணனிடம் அனைவருக்கும் முன்னால் தாளிட்டு ஆசி வழங்க முயற்சித்த போது அவர் அவளைத் தடுத்து..."ஆண்டவர் உன்னைய ஆசிர்வதிப்பார்மா..." என தழுதழுத்துப் போனார்.

பிள்ளைகள் அவரிடமும், பவுலினா மற்றும் அமலியிடமும் ஆசி பெற்றுக்கொண்டார்கள். அமலியும், பவுலினாவும் ஒருவரையொருவர் ஆசிகேட்டுக்கொண்டு ஒருமுடிவாய் ஆரத்தழுவிக்கொண்டனர். சிரிப்பும் உற்சாகமாகவும் வீடு வந்து சேர்ந்ததும், பிள்ளைகள் ஹெலனம்மாளிடமும், அந்தோணி அடப்பனாரிடமும் ஆசி பெற்றுக்கொண்டார்கள். ஆசிவழங்கிய கையோடு அனைவரையும் சாப்பாட்டு மேசையில் அமரவைத்து வேகவேகமாக ஆப்பமும், கறியும் பிள்ளைகளுக்கு பரிமாறினாள் ஹெலனம்மாள்.

"அம்மே நீங்களும் எங்க கூட சாப்பிடுங்க..." எனப் பூட்டன்மார் ஹெலனம்மாளை அழைத்தார்கள்.

"நானும், பப்பாவும் நீங்க கோயிலுக்கு போன சமயத்துல சாப்பிட்டிட்டோம், நீங்க சாப்பிடுங்க செல்லங்களா.."

அனைவரையும் வீட்டில் விட்டுவிட்டு பிரவீன் மட்டும் நண்பர்களைக் காண சாப்பிடாமல் தெருமுனைக்கு அவன் கொண்டு வந்திருந்த பேலண்டைன்ஸ் ஸ்காட்ச் விஸ்கியை வண்டியில் வைத்து எடுத்துச் சென்றிருந்தான்.

"ஒம் மாப்ளயை எங்க புள்ள?"

"வேறெங்க மச்சான் மந்திரிக்க போயிருப்பாங்க" என கிண்டலாய்ச் சொன்னாள் மேரி. பிரியங்கா நமுட்டுச் சிரிப்பு சிரித்தாள்.

"இதுல சிரிப்பா ஒனக்கு... ஒரு வா(ய்) சாப்பிட்டிட்டு போகச் சொல்லக் கூடாதா... இன்னும் எந்தச் சாமத்துல வருவானோ?" எனப் புலம்பினாள் ஹெலனம்மாள்.

"விடுங்கத்த அவன் வந்திருவான்... நீங்க போய் படுங்க முதல்ல... மணி இரண்டு ஆவுது... மாமாவும் தூங்காம இருக்காங்க கூட்டிட்டு போங்க நான் எல்லாத்தையும் எடுத்து வச்சுக்கிடுறேன்.."

"ஆமம்மா... நீ போய் தூங்கு..."என பவுலினாலும் சொன்னாள்.

"நீங்க எல்லாம் முதல்ல சாப்பிடுங்க எங்களுக்கு என்ன தூக்கம் வேண்டி கெடக்கு தெனமும் தான் தூங்குறோம்... எம்புள்ளையள் சாப்பிடுறத பாக்குற சந்தோஷம் போல வருமா.. இதுக்கு தான ஒரு நல்ல நா(ள்) பெருநாளுக்கு இந்த கெழடு கட்டைக காத்திட்டு கெடக்கோம்..."

"பேசுனா பேசிக்கிட்டே இருப்பா... புள்ளையள சாப்பிட விடு"- என சாய்வு நாற்காலியில் அமர்ந்திருந்தவாறே சொன்னார் அந்தோணி அடப்பனார். அவர் பொதுவாக அதிகம் பேசாதவர். ஆனால், மௌனமாக பிள்ளைகள் பேசுவதைக் கேட்டுக்கொண்டும் இரசித்துக்கொண்டும் இருப்பார்.

ஒருவழியாக எல்லோரும் சாப்பிட்டு முடித்துவிட்டு தத்தம் அறைக்கு தூங்கச் சென்றனர். ஆனால், பிரவீன் தன் நண்பர்களோடு கூத்து அடித்து குடித்து ஆட்டம் போட்டு வர மணி மூன்றாகி இருந்தது. கதவு தாழிடப்படாமல் இருந்ததால் மெல்ல பூனை போல் வீட்டுக்குள் நுழைந்து மாடி அறைக்கு செல்ல யத்தனித்த போது...

"எல...அய்யா சாப்பிடிய்யா.." எனச் சன்னமான குரலில் கேட்டாள் ஹெலனம்மாள்.

"அம்மே நீங்க இன்னும் தூங்கலையா..." என அவன் கேட்டு முடிப்பதற்குள் விளக்கு போட்டு "வா... ஆப்பமும் கறியும் இருக்கு சாப்பிடு" எனப் பரிமாற ஆயத்தமானாள். அந்தோணி அடப்பனார் தூங்கிவிட்டிருந்தார்.

"அம்மே! எல்லாரும் தூங்கியாச்சா?"

"என்ன பேரப்புள்ள... நல்ல குடி போல... நாக்கு தடிச்சு இருக்கு..."

"அதெல்லாம் இல்லம்மே கொஞ்சமாத்தான்..." என சொல்லியபடி ஆப்பத்தை கறிக்கொழம்பில் தோய்த்து வாயில் போட்டான். அந்த போதையிலும் சுவை தெரியவே... "அம்மே! உங்க கைபக்குவமே தனிதான்... செம ருசியா இருக்கு!"

பேரனை உச்சிமுகர்ந்து கொண்டாள் ஹெலனம்மாள். அவன் கொஞ்சம் ஆப்பத்தை அவளுக்கு ஊட்டி விட்டான். முதலில் மறுக்க முயற்சித்தவள் அவன் கொடுத்தவுடன் வாங்கிக் கொண்டு... "நீ சாப்புடுய்யா..." என அவளும் பிய்த்து அவனுக்கு ஊட்டிவிட்டாள்.

அந்தச் சமயம் சத்தம் கேட்டு எழுந்தவந்த அமலி "அம்மேயும் பேரனும் கொஞ்சுற நேரமா இது? அத்த அவன் தான் குடிச்சு கூத்தடிச்சிட்டு நேரங்காலம் இல்லாம வாரான்னா நீங்க அவனுக்கு ஊட்டிவிட்டு கொஞ்சுறீங்களோ? ரெண்டு புள்ளையளுக்கு அப்பனாய்ட்டமேன்னு பொறுப்பு இருக்கா?" எனச் செல்லமாக இருவரையும் கடிந்து கொண்டாள்.

"ரெண்டு இல்ல நாலு புள்ளையளுக்கு அப்பன்.. எந்தம்பி புள்ளைங்களும் எம்புள்ளைக தானே? எப்படி அம்மே?"

"ஏன் ராசா.." என நெட்டி வழித்தாள் பேரனுக்கு

"ஆங்! இதுக்கு ஒண்ணும் கொறச்சல் இல்ல... இந்த அறிவு நேரங்காலம் பாத்து நடக்கறதுலையும் இருக்கணும்... வயசானவங்க இருக்குற வீடே நாம இப்படி சாமக்கூத்தடிச்சா அவங்க எப்படி தூங்குவாங்கன்னு தெரிய வேண்டாமா?

அவளும் பாவம் ரெண்டு புள்ளைகளோட தனியாத்தான போய் படுத்திருக்கா ஒருநல்ல நாள் பொழுது வேண்டாமா?"

"அம்மே! இன்னும் ஒரேயொரு ஆப்பம் வைங்க... கறி வேண்டாம் கொஞ்சம் கொழம்பு மட்டும் ஊத்துங்க..." என அவன் அமலி பேசுவதைக் கேட்காதவன் போல் ஹெலனம்மாளிடம் பரிமாறச் சொன்னான்.

பேரனுக்கு அவன் கேட்டதை பரிமாறியபடி.. "விடுத்தா... சரி! நீயும் ரெண்டு வாய் சாப்பிடேன்... சாப்பிடும் போது பாத்தேன் நீ நல்லாவே சாப்பிடல..."

"அதெல்லாம் ஒண்ணும் வேண்டா(ம்) அத்தே! பாவம் நீங்க தூங்காம இருக்கீங்களேன்னு தான் ஒரு எட்டு பாக்க வந்தேன்... சரி! நீங்க போய் படுங்க நான் இவனை பாத்துக்கிறேன்..."

"நீ போய் படும்மா... எம்பேரப்புள்ளைய நான் பாத்துக்கிறேன்... நிக்கோலஸுக்கு முழிப்பு தட்டுனா பொறவு உன்னைய காணமேன்னு எந்திச்சி வரப்போறான்..."

"யாரும் எனக்காக இருக்க வேண்டாம் நான் சாப்பிட்டு முடிச்சிட்டுடேன்..." என்ற படி பிரவீன் கடைசி வாயைச் சாப்பிட்டு முடித்தான். அவனைச் சாப்பிட்ட தட்டிலேயே கைகழுவச் சொல்லி "பாத்துப்போய்யா" என மாடிக்கு அனுப்பிவைத்தாள் ஹெலனம்மாள்.

"அத்தே! நீங்களும் போய் படுங்கள்.." என ஹெலனம்மாளை அனுப்பிவிட்டு விளக்கை அணைத்து விட்டே தன் அறைக்குத் திரும்பினாள் அமலி.

3.

எத்தனை தாமதமாகத் தூங்கினாலும் அதிகாலை 5:30 மணிக்கு எல்லாம் ஹெலனம்மாளும், அந்தோணி அடப்பனாரும் எழுந்துவிட்டனர். காலைக் கடன்களை முடித்துக்கொண்டு காலை செபத்தையும் இருவரும் சேர்ந்து சொல்லி முடித்தனர். சுடச்சுட காபி போட்டு வந்து அந்தோணி அடப்பனாருக்கு கொடுத்தபடி தானும் குடித்தாள். இருவரும் காபியைக் குடித்து முடித்ததும் அவருக்கு கிறுஸ்தவ பாடல்களைச் சன்னமாக ஒலிக்கவிட்டபடி அவள் காலை பூசைக்கு கௌம்பி போனாள். அவள் பூசை முடிந்து வீடு திரும்பும்முன் நிக்கோலஸ், அமலி, பவுலா அனைவரும் எழுந்துவிட்டனர். அவர்களைத் தொடர்ந்து பிரியங்காவும், மேரியும் எழுந்து வந்தனர். பிள்ளைகளும், பிரவீனும் இன்னமும் விழித்திருக்கவில்லை. அவரவர் வேலைகளை முடித்துக்கொண்டு அமலியும் அவளது மருமகள்களும் காலை உணவு தயாரிக்கும் வேலையில் ஈடுபட்டனர். அதற்குள் பூசை முடிந்து ஹெலனம்மாளும் வந்து சேர்ந்து விட்டாள்.

"ஏட்டி... புள்ளையளா என்ன எல்லாம் தூங்கிட்டு இருப்பீங்கன்னு பாத்தா இங்கன வந்து பாத்தரத்த ஒலக்கிட்டு இருக்கீங்க?" எனக் கேட்டபடி அவளும் கூடமாட வேலைக்குத் தயாரானாள்.

"எத்தே எங்களை சொல்றீங்களாக்கும்... நாங்க தூங்குன பெறவு உங்க பேரனோட விடிய மட்டும் கொஞ்சிட்டு ஒரு கண்ணுக்கு தூக்கம் இல்லாம இப்ப பூசைக்கு போயிட்டு வந்து நிக்கீங்க... நீங்க போய் உடுப்ப மாத்திக்கிட்டு வாங்க அதுவரைக்கும் நாங்க பாத்துகிடுறோம்..." எனச் சொல்லி ஹெலனம்மாளை அனுப்பி வைத்தாள்.

கண் இமைக்கும் நேரத்தில் தன் ஆடைகளை மாற்றிக்கொண்டு மீண்டும் சமையலறைக்குள் வந்து நின்றாள் ஹெலனம்மாள். பவுலினாவும், நிக்கலோசும் பேப்பர்

படித்தவாறு தங்கள் அப்பாவிடம் பேசிக்கொண்டிருந்தார்கள். கல்லூரி, மாணவர்கள், சமூகம் என அவர்களது பேச்சு பல தளங்களில் பயணித்துக் கிடந்தது.

“கல்வியே இன்னைக்கு முழுக்க முழுக்க வணிகமயமாகிப் போனதால பிள்ளைகளும் ஆசிரியர்களை வியாபாரிகளாக பாக்கத் துவங்கிட்டாங்க... அன்னைக்கு ஒரு புள்ள... வகுப்புல புரொபோசர் கண்டிச்சப்ப சொல்லியிருக்கா ‘நாங்க காசு கொடுத்து தான படிக்கோம்... இந்த சத்தம் போடுற வேலையெல்லாம் வச்சுக்காதீங்கன்னு’ பாருங்க... இதுதான் இன்னைக்கு நெல”

“நீ வேறம்மா... பத்தாம் வகுப்பு, பனிரெண்டாம் வகுப்பு புள்ளைகளே பேசுற பேச்ச கேட்டீன்னா தெரியும் உனக்கு! ஒரு மட்டு மரியாதை கெடையாது... இப்ப அடிக்கக் கூடாதுன்னு வேற சொல்லிட்டாங்க பின்ன ஒழுக்கம் எப்படி வரும்? வீடுகள்ளையும் செல்லம்... ஸ்கூலையும் அடிக்க கூடாதுன்னா...இனி வருங்காலம் இருக்கே நெனச்சே பாக்க முடியலம்மா..”

“இல்லண்ணே! இங்க ஒருபக்கமே நாம எல்லா கொறையும் சொல்லிற முடியாது... ஒருகாலத்துல படிப்புங்கிறது அறிவ வளக்குற விஷயமா இருந்துச்சு... அதாவது Knowledge கொடுத்துச்சு ஆனா இப்ப முழுக்க முழுக்க Skill developing Programme-ஆக மட்டுமே இருக்கு. காரணம் எல்லாமே வேலைவாய்பை நோக்கிய கல்வியாக மாறிட்டு. நீயும் நானும் படிக்கும் போது நமக்கு எந்த பாடம் நல்லா படிக்க வருமோ அதுல மேற்கொண்டு படிச்சோம் ஆனா இப்ப எதை படிச்சா வேலை கிடைக்கும்னு நெனைச்சுல்ல படிக்காங்க... அதான் வீட்டுக்கு ஒரு இன்ஜினியர் வேலையில்லாம திரியிறாங்க... இதுல தான் பிரச்சனையே ஆரம்பிக்கு... இந்தப் போட்டி மனநிலை தான்... என்ன முதலீடு செஞ்சுனாலும் வேலை கொடுக்கும் படிப்பை வாங்க மக்கள தொறத்துது... இந்த ஓட்டத்துல படிக்கிற புள்ளைங்க மட்டும் இல்ல படிச்சு கொடுக்குற நம்மள

போல ஆசிரியர்களும் இவுங்க வேகத்துக்கு ஓட ஆரம்பிச்சுட்டோம்... இப்போ எல்லாம் சேர்ந்து ஏத்திவிட்ட ஏணியையே பதம் பாக்குதுக..."

"மக்கா... நீங்க ரெண்டு பேரும் படிக்கிற நேரத்துல... நான் முழுக்க முழுக்க வியாபாரம் தொழிலுன்னே இருந்துட்டேன்... சேர்ந்தாப்ல மூணு வருஷம்லாம் நான் ஊருக்கு வராம இருந்துருக்கேன்... உங்கம்மாளும் பெருசா படிச்சது கெடையாது ஆனா எம்புள்ளைங்க நீங்க ஒழுக்கமாகவும், நல்ல அறிவோடவும் தான் வளர்ந்தீங்க... உங்களால பெருசா எந்தச் சங்கடமும் எங்களுக்கு இருந்தது இல்ல..." அந்தோணி அடப்பனாருக்கு தன் பிள்ளைகள் குறித்த பெருமிதம் எப்போதும் உண்டு. அதேசமயம் இத்தனைக்கும் பின்னால் இருப்பது தன் மனைவி ஹெலனம்மாளின் சாதுர்யம் தான் என்பதையும் அறிந்தே இருந்தார்.

அவர்கள் பேசிக்கொண்டிருக்கும் போதே காலை சிற்றுண்டித் தயாராகி சாப்பாட்டு மேசைக்கு வந்தது. பிரவீன் பிள்ளைகளோடு அப்போது தான் தூக்கம் கலைந்து எழுந்து வந்தான். அமலி அவர்களை விரட்டி பல்துலக்கி, முகம் கழுவிவிட்டு வரச்சொன்னாள். அவர்கள் வரவும் அனைவரும் குடும்ப சகிதமாக அமர்ந்து காலை உணவு அருந்தத் துவங்கினர். வழக்கம்போல் ஹெலனம்மாள் இருப்பு கொள்ளாமல் சாப்பிட்டும் சாப்பிடாமலும் அனைவருக்கும் பரிமாறிக் கொண்டே தன் பசியாற்றிக்கொண்டாள். சற்று நேரத்தில் ஜமா கலைந்து பிள்ளைகள் ஒருபுறம் விளையாடச் சென்றது. மதிய சமையல் வேலை மறுபுறம் நடக்கத்துவங்கியது.

கப்பலில் இருந்து நவீன் மேரிக்கு ஸ்கைப் காலில் வந்தான்... அவனது கப்பல் தற்சமயம் சீனாவில் இருப்பதாகவும் அவர்களுக்கு முந்தினமே கிறுஸ்துமஸ் கொண்டாட்டங்கள் எல்லாம் முடிந்தது என்றும் ஒவ்வொருவரிடமும் ஆசிகள் வீடியோ கால் மூலம் கேட்டுக்கொண்டான்.

“என்னய்யா… அங்கன நல்லா குளிரோ…?”

“அம்மே நீங்க வந்தா வெறச்சிருவீங்க… மைனஸ் டிகிரி குளிரில் இருக்கோம்…பனிபெஞ்சுகிட்டே இருக்கு…”

“பாத்துய்யா உடம்ப பத்திரமா பாத்துக்க…”

“பப்பா… நல்லாயிருக்கீங்களா? தோத்திரம்”

“ஹேப்பி கிறுஸ்மஸ் ஆண்டவர் உன்னைய ஆசிர்வதிப்பார்யா”

“அம்மா இன்னைக்கு என்ன சாப்பாடு?”

“வழக்கம் போல விருந்து சோறு, மட்டன் கொழம்பு, பீப் சுக்காவும், கட்லீசும்”

“ஆஹா… நாந்தான் எல்லாத்தையும் மிஸ்பண்ணிட்டனா?”

“நீ வந்த அன்னைக்கி செஞ்சு தந்துட்டா போச்சு…”

“அப்பா கிறுஸ்துமஸ் எல்லாம் எப்படி போகுது…தோத்திரம்பா?”

“காட் பிளஸ் யூ… எல்லாம் நல்லா இருக்குடா நீ இல்லாத குறைதான்… மேரிதான் பாவம்…”

“மேரி டார்லிங் நீ என்னைய மிஸ் பண்ணுறியா?”

“நீங்க என்னைய மிஸ் பண்ணிற மாதிரி தெரியலையே?”

“கொழுந்தன் சீனாகாரி யாரும் பக்கத்துல இருக்காள்வளா? ஆட்டம் ஜாஸ்தியா தெரியுதே?”

“ஐயோ மைநி நீங்க வேற… எதையாவது பத்த வச்சிராதீங்க… தோத்திரம் மைநி?”

“மெரி கிறுஸ்மஸ்”

“பிரவீனை எங்க?”

“கிறுஸ்மஸ் அதுவுமா உங்க அண்ணன் வீட்டுல இருப்பாரா என்ன?”

“பாவம் அவனாவது நிம்மதியா இருக்கட்டும்..”

“அடி வாங்கப் போறீங்க பாருங்க”

“சிஸ்டர் அத்தை தோத்திரம்,.. மெரி கிறுஸ்மஸ்”

“அன்பு முத்தங்களும்… ஆசிகளும் மகனே! மெரி கிறுஸ்மஸ் செல்லம்”

இப்படியாக ஒவ்வொருவரிடமும் பேசிவிட்டு ஒருவழியாக மேரி கைக்கு செல்போன் வந்த பிறகு மிச்சத்தை

அவனோடு பேச மாடிக்கு அவள் அறைக்குச் சென்று தாளிட்டுக் கொண்டாள். அவளது நிலையை புரிந்தவர்களாக அவரவர் வேலையைப் பார்க்கத் துவங்கினர்.

சற்றுநேரத்தில் வெளியே சென்றிருந்த பிரவீன் வீட்டுக்குத் திரும்பினான்... வேகமாக தன் அறைக்குள் சென்றவன் ஒரு பையோடு வந்து...

"அப்பா! கொஞ்சம் பப்பா ரூமுக்கு வாங்களேன்..." எனச் சைகை கொடுத்தான்.

அந்தோணி அடப்பனார் அவரது அறைக்குள் சாய்வு நாற்காலியில் அமர்ந்து சிங்கள பைலா பாடல்கள் கேட்டுக்கொண்டிருந்தார். நிக்கோலஸ் உள்ளே வந்தவுடன்... "அப்பா பாத்தீங்களா பப்பா புல் பார்மல பைலா கேட்டுட்டு இருக்காப்ல நீங்களும் இருக்கீங்களே?" என அவரிடம் பேசிக்கொண்டே பையில் இருந்து அவன் ஜாக் டேனியல்ஸ் ஒரு லிட்டர் ஸ்காட்ச் விஸ்கியை எடுத்தான். மேலும் அப்பைக்குள் இருந்து மூன்று கண்ணாடி கிளாஸ்களையும் எடுத்தான். கொஞ்சம் வறுத்த முந்திரிகளையும் எடுத்து ஒரு சிறு தட்டில் போட்டான்.

"என்னதுடா இது?"

"ஸ்காட்ச் விஸ்கி தான்பா"

"டேய்! பப்பாவுக்கு பாத்து குடடா..."

"எனக்கு ஒரு லார்ஜ் போதும்" என்றார் பப்பா.

"பப்பா ஊத்துறதுக்குள்ள போதும்னா எப்படி" என்றபடி மூவருக்கும் சரக்கை ஊற்றிவிட்டு ஹாலில் பிரிட்ஜில் இருந்து ஐஸ்கட்டிகளை எடுத்து வந்து போட்டுவிட்டு அப்பாவுக்கும், பப்பாவுக்கும் பரிமாறினான்.

"டேய் தண்ணி ஊத்தல?"

"இதை இப்படித்தான் சாப்பிடனும்... சாப்பிடுங்க ஒண்ணும் செய்யாது"

"டேய் பப்பாவுக்காவது தண்ணி ஊத்துடா..." என்றவுடன் அவருக்கு மட்டும் கொஞ்சம் தண்ணி ஊற்றி கொடுத்தான்.

மூவரும் "மெரி கிறுஸ்மஸ்..." என்றபடி ஒரு சிப் பருகி வைத்தார்கள். முந்திரி பருப்புகளைச் சாப்பிட நீட்டியவன்

“கொஞ்சம் இருங்க...” என்றபடி சமையலறைக்குச் சென்று “ஆம்மே! கறி.. கட்லீசு எதுவும் ரெடியா இருக்கா?” எனக் கேட்டான்.

“எதுக்குடா... என்ன நடக்குது அங்க?” என துப்பறிந்து விட்டாள் அமலி

“ஒண்ணும் நடக்கல... என்ன வேணும் உங்களுக்கு?”

“டேய் உங்கப்பாவுக்கும் வயசாயிட்டு... பப்பாவுக்கும் முடியல நீ மொரட்டு தனமா அவங்களுக்கு ஊத்தி விட்டுறாத”

“அம்மா அங்க பப்பா... பைலா சாங் போட்டு ஆடிட்டு இருக்காப்ள இதுல நான் எங்க ஊத்தி விடுறது...”

“பிரவீன் நீ போ... அம்மே- நான் எடுத்துட்டு இப்ப வர்றேன்...” என அவனை விரட்டினாள்.

“அத்தே நீங்க அவனுக்கு ரொம்ப எடம் கொடுக்காதீங்க... அவ்வளவுதான் சொல்லிட்டேன்... நல்ல பொண்டாட்டி வாய தொறக்காளா பாருன்னு...” அங்கிருந்த பிரியங்காவையும் செல்லமாகத் திட்டிக்கொண்டாள்.

அவன் சென்று சில நிமிடங்களில் சூடான கட்லீசுகளை ஒரு தட்டில் போட்டு ஹெலனம்மாளும், பிரியங்காவும் எடுத்துக்கொண்டு பப்பாவின் அறைக்குச் சென்றனர். இப்போது போனி-எம் பாடல்கள் சத்தமாக ஒலித்துக்கொண்டிருந்தது. பப்பா இசைக்கு ஏற்ப தலையை ஆட்டிக்கொண்டிருந்தார். நிக்கோலஸ் மௌனமாக அமர்ந்து முந்திரிகளை நொறுக்கிக் கொண்டு ஜாக் டானியல்ஸிடம் கரைந்து கொண்டிருந்தார். பாட்டின் சத்தத்தைக் குறைத்தபடி.. “என்ன கூத்து நடக்குது இங்க...” என பிரியங்கா கேட்டவுடன் நிக்கோலஸ் சுதாகரித்துக் கொண்டு “என்ன மக்களே! சொல்லு...” என்றார்.

“மாமா... கொஞ்சம் பாத்து சாப்பிடுங்க”

“ஜஸ்ட் ஆன் அப்பீட்டைசர்... அவ்வளவுதான் மக்களே!”

“அப்படீன்னா சரி!”

“உனக்கு என்ன வேணும் டீ”

“என்ன வார்த்தை தடிக்குது...”

"எங்க அப்பாவுக்கு ஆர்டர் போடுற... அப்ப நீ எனக்கு டீ தான் டீ"

"எய்யா எதுலையும் ஒரு நிதானம் வேணும்... வெளையாட்டுக்கு கூட அப்படி பேசக்கூடாது... எங்களுக்கு கல்யாணம் முடிஞ்சு அறுபத்தி இரண்டு வருஷம் ஆச்சு இன்னைக்கு வரைக்கும் உங்க பப்பா என்னைய ஒருநா(ள்) கூட டீ போட்டு கூப்பிட்டதில்ல... வாம்மா போம்மா தான்!"

"பப்பா... இப்போ டீ போட்டு ஆசைய தீத்துக்கோங்க பப்பா... அம்மே ஏங்குறாங்க பாருங்க..."

"அவன் கெடக்குறான் விடும்மா... சும்மா வம்பு இழுத்துகிட்டு..." அவர்கள் பேசிக்கொண்டிருக்கும் போதே ஹெலனம்மாள் பேரனுக்கு சைகை காட்டவும், "உங்கள மறந்துட்டனே..." என்றபடி மற்றொரு கிளாசில் ஒரு லார்ஜ் ஊற்றி கொஞ்சம் தண்ணியும் ஊற்றி ஹெலனம்மாளுக்குக் கொடுத்தான். வாங்கிய வேகத்தில் அதனைக் குடித்து முடித்துவிட்டு "இன்னும் ஒரு சங்கு மட்டும் ஊத்தியா" என நீட்டியது.

பிரியங்கா, "அம்மே! நீங்களுமா?"

"வுடுத்தா ஒரே மேல்வலியா இருக்கு..." என்றபடி பிரவீன் ஊற்றிய அடுத்த லார்ஜையும் ஒரே மடக்காகக் குடித்துவிட்டு "சீக்கிரமா சாப்பிட்டு முடிச்சிட்டு சொல்லுங்க மதிய சாப்பாட்டை எடுக்கனும்" என்றபடி ஹெலனம்மாள் மீண்டும் சமையலறை நோக்கிச் சென்றுவிட்டாள். சற்று நேரம் நின்றிருந்த பிரியங்காவிடம் பிரவீன் அவளையும் கொஞ்சம் குடிக்கச் சொல்லிக் கேட்கவும் அவளோ ஓடிவிட்டாள்.

வெளியே விளையாடிக்கொண்டிருந்த பிள்ளைகள் பசி எடுத்து வீட்டுக்குள் வந்து சாப்பாடு கேட்கவும் முதலில் குழந்தைகளுக்கு பரிமாறத் துவங்கினார்கள். அப்போது மீண்டும் மூவருக்கும் சாப்பிட அழைப்பு வந்தது. பிள்ளைகள் சாப்பிட்டு முடிக்கவும் இவர்களும் வந்தார்கள். அதுவரை நவீனிடம் பேசிக்கொண்டிருந்த மேரியும் தன் மகனோடு

கீழிறங்கி வந்தாள். இந்த இடைப்பட்ட நேரத்தில் கொஞ்சம் ஓய்வு எடுத்துக்கொண்ட பவுலினாளும் தன் அறையில் இருந்து இறங்கி வந்து அவர்களோடு சேர்ந்து கொண்டாள். அனைவரும் பேசிக்கொண்டே மதிய உணவை அருந்தினர்.

பிள்ளைகளோடு நிறைவாய் உண்டு மகிழ்ந்தது பெரிசுகள் இரண்டும். சாப்பிட்டு முடித்து பின்னர் குழந்தைகளோடு குழந்தைகளாக அனைவரும் ஐஸ்கிரீம் சாப்பிட்டார்கள். அப்படியே கொஞ்சம் நேரம் பேசிக்கொண்டிருந்தபடியே வரவேற்பு அறையிலேயே ஆங்காங்கே உறங்கிப்போனார்கள்.

அனைவரும் துயில் கலைந்தபோது.... அந்தி மயங்கிக் காரிருள் சூழும் வேளையாகி இருந்தது. அவரவர் கூட்டுக்குக் கிளம்பத் துவங்கினர். எல்லாம் முன்பே தெரிந்த இருந்தபோதிலும் ஹெலனம்மாள், "ஏ! புள்ளையளா... ரா தங்கிட்டு காலையில கிளம்பளாம்ல..." என மெல்ல இழுத்தாள்.

"இல்லம்மா! அங்க வீட்ல எல்லாத்தையும் போட்டது போட்டபடி வந்திருக்கோம்... டைகர் வேற தேடிக்கிட்டு இருப்பான்... வீட்டை என்ன பாடுபடுத்தி வச்சிருக்கானோ தெரியாது... மேரியும் பாவம்... நவீனும் கப்பல்ல இருக்கான் அவ அம்மா-அப்பாவை பாக்கனும்னு ஆசைப்படும் அதான் அவளை அவங்க அம்மா வீட்டுல விட்டுட்டு நாங்க இப்பவே போனாதான் நாளைக்கு அதிகாலையில பிரவீனும்-பிரியங்காவும் புள்ளைகளோடு அவ அம்மா வீட்டுக்கு கெளம்ப வசதியா இருக்கும் ஒரு இரண்டு மூணு நாள் அவங்களும் புள்ளைகளை வச்சுப்பாக்கனும்னு ஆசைப்படுவாங்க... நாங்கதான் இன்னும் ஒருவாரத்துல நியூ இயருக்கு இங்க வந்திருவோமே..." என ஏதேதோ சொல்லி நிக்கோலஸ் சமாதானப்படுத்தினான்.

ஹெலனம்மாளுக்கு எல்லாம் தெரியும் இருந்தும் மனம் கேட்காமல் கேட்டு வைத்தாள். இனியும் வெளியே கிளம்பும்

பிள்ளைகளைத் தடை போடக்கூடாது என மௌனித்துக்கொண்டாள். பவுலினாளும் மறுநாள் கல்லூரியில் என்.சி.சி சார்பாக ஒரு காம்ப் இருப்பதால் அதிகாலையில் மாணவிகள் வந்துவிடுவார்கள் என அவளும் எல்லோரோடும் அப்போதே கிளம்பினாள். பிள்ளைகள் அனைவரும் கிளம்பி வந்துபோது... "ஏ! எல்லாரும் வாங்க..." என அழைத்து பவுலினா கூட்டு செபத்தை ஆரம்பித்தாள் பிள்ளைகள் பக்தியோடு கைகூப்பி அங்கிருந்த பாலன் இயேசு குடிலுக்கு முன்னால் நின்று இருந்தார்கள். ஒருவழியாக "நன்றியால் துதிபாடு..." என கடைசிப்பாடலுக்கு வந்து செபத்தை முடித்துவைத்தார். செபம் முடிந்ததும் பிள்ளைகள் அனைவரும் பப்பாவிடமும், அம்மேயிடமும் ஆசிகள் பெற்றுக்கொண்டுக் கிளம்பினர். வாசல் வரை சென்று அனைவரும் காரில் ஏறி செல்லும் வரை அங்கேயே நின்று வழி அனுப்பிவைத்தாள் ஹெலனம்மாள்.

பிள்ளைகளை வழியனுப்பி விட்டு வீட்டுக்குள் வந்தவள் நேராக சமையலறை சென்று ஒரு செம்பு தண்ணீரை எடுத்து அண்ணாந்து குடித்துவிட்டு தன் வாயை சேலைத்தலைப்பால் துடைத்தபடி அவரருகே இருந்த இருக்கையில் தன்னை பொதிந்து கொண்டாள். பப்பா சலனமற்று மௌனத்தின் கரம் பற்றி தன் சாய்வு நாற்காலியில் சாய்ந்து அமர்ந்து இருந்தார். தம் குழந்தைகளால் நிறைந்து இருந்த வீடு திடீரென்று தனித்தீவாய் மாறிப்போனதாய் இருவரும் உணர்ந்தார்கள். திடீரென்று சூழ்ந்த வெறுமையால் இருவரும் மொழி மறந்து இருந்தார்கள். இருவரும் அருகருகே தான் அமர்ந்து இருந்தார்கள் ஆனால் தனித்து விடப்பட்டு இருப்பதாய் உணர்ந்தார்கள்.

வாழ்வின் ஓட்டம் விசித்திரமானது தான். அவர்கள் வாழ்வில் எல்லாம் இருந்தது. வாழ்வின் அத்தனை சுகதுக்கங்களையும் கடந்து வந்தவர்கள் தான். ஆனால், தற்போது எதுவுமற்றவர்களாக உணர்ந்தார்கள். உலகின் கடைசி மனிதர்களாய்க் காத்திருப்பதாய் நினைத்துக்கொண்டார்கள். ஏதோ சொல்லொண்ணா

நிறைவற்ற ஏக்கங்களும் விடைபுரியாத கேள்விகளும் தங்களைத் துரத்திக்கொண்டிருப்பதாக அவர்களுக்கு தோன்றியது. கண்கள் காட்சியைக் கடத்தும் வேலையை மறந்து ஏதேதோ எண்ண ஓட்டங்களின் கைப்பிடித்து அவர்களை அலைக்கழித்தது. வாசற்கதவு திறந்து இருந்ததால் காற்று சொல்லாமல் கொள்ளாமல் அவர்களது தனிமையைப் பயன்படுத்தி வீடுபுகுந்தது...

சுவற்றில் தொங்கிய நாட்காட்டி படபடத்தது. அந்தச்சத்தத்தில் ஏதேதோ சிந்தனைகளில் மூழ்கி இருந்தவள் தன் பார்வையை வீட்டில் அலங்கரித்து வைக்கப்பட்டிருந்த பாலனின் குடில் மீது பதியவிட்டாள். ஆங்காங்கே துளிர் விட்டிருந்த புற்களுக்கு இடையே வைக்கோல் போரினால் வேயப்பட்டிருந்த அந்தச் சின்னஞ் சிறிய குடிலில் இயேசு பாலனின் இருபக்கமும் சூசையப்பரும் மாதாவும் மண்டியிட்டு நின்று கொண்டிருந்தனர். அந்தக் காட்சி அவளைக் காலத்தைப் பின்னோக்கி அழைத்துச் சென்றது. தன் பிரசவ நாட்களை... தன் பிள்ளைகள் வீட்டில் துள்ளித்திரிந்த காலத்தை என எங்கெங்கோ அழைத்து சென்றது.

எண்ண ஓட்டங்களின் கைப்பிடித்து அவளும் பயணித்துக் கிடந்தாள். பிள்ளைகள் எப்போதும் குழந்தைகளாகவே இருந்துவிட்டாள் எத்தனை நன்றாக இருக்கும் என சுயநலம் மனதைச் செல்லமாய் கிள்ளியது. அவளையும் அறியாமல் அவளது இதழ்கள் அப்போது மெல்ல மலர்ந்தது. கொஞ்சம் கொஞ்சமாய் அந்தக் குடில் அவளுக்கு வேறு கதை சொல்வதைப் போல் பட்டது. அதாவது தேவமாதாவும் சூசையப்பருமே எங்கே பாலன் வளர்ந்து தங்களைப் பிரிந்து குடிலை விட்டு போய்விடுவாரோ என அச்சத்தில் அவரருகே அமர்ந்து இருப்பதைப் போல் அவளுக்குத் தோன்றியது.

'ச்சே! இது என்ன... இன்னும் ஒருவாரத்துல நம்ம புள்ளைவ புது வருசத்துக்க வரப்போவுதுக..' எனத் தன்னைத் தானே தேற்றியவள், மெல்ல அந்த எண்ணத்தின் பிடியில் இருந்து மீண்டாள்...

அப்போது தான் கவனித்தாள் அந்தோணி அடப்பனாரும் குடிலையே கண்கொட்டாமல் பார்த்துக் கொண்டிருப்பதை.

"என்னத்த அப்படி குடிலையே பாத்துட்டு இருக்கீங்க..." சற்று நேர மௌனத்துக்குப் பின்... "மெரி கிறுஸ்மஸ்..." என்றார் மிகச் சன்னமான குரலில்.

அவளுக்கு ஆச்சர்யமாக இருந்தது. இப்படியெல்லாம் அவர்களுக்குள் ஒருகாலமும் சொல்லிக் கொண்டதில்லை. அவள் முக மலர்ச்சியோடு... "என்ன புதுசா...?" என கேட்டபோது அவர் பதிலேதும் பேசவில்லை. அவரது பார்வை வாயிலை நோக்கியபடி இருந்தது.

காலம் ஒரு மந்திரப்பெட்டகம்... ஒவ்வொரு நொடியும் தனக்குள் சொல்லொண்ணாத அதிர்ச்சிகளையும் ஆச்சர்யங்களையும் ஒளித்து வைத்திருக்கும். எந்த நொடிக்குள் இருந்து எது வெடிக்கும் என ஒருவரும் அறிந்திராததே வாழ்வின் உன்னதம்! ஒரு மாபெரும் சகாப்தத்தின் துவக்கத்திற்கும் முடிவிற்கும் ஒரு நொடி போதுமானதே! ஆம் அந்தக் கிறுஸ்துமஸ் இரவு தான் அவர்கள் இணைந்த நெடிய பயணத்தின் முடிவென்பதை அந்தக் கணத்தில் ஹெலனம்மாள் அறிந்திருக்கவில்லை.

அதேபோல் அவர் உச்சரித்த 'மெரி கிறுஸ்மஸ்...' என்னும் அந்த வார்த்தைகள் தான் அவர்களது வாழ்வின் கடைசி உரையாடல் என்றும் அப்போது அவளுக்குத் தெரியவில்லை.

இன்னும் சில நொடிகளில் அவளுக்கு எல்லாம் தெரிந்து விடப் போகிறது... அதனால் என்ன அந்த நொடியில் தெருவில் ஒலிபெருக்கியில் ஒலித்துக்கிடந்த போனி-எம் பாடல்... "ஹுரே! ஹுரே இட்ஸ்-அ ஹாலி ஹாலி ஹாலிடே..." எனப் பாடிக்கொண்டிருந்தது.

◇◆◇